ഒരു വിയറ്റ്നാം യാത്ര

oru vietnam yathra
travelogue
•
e m ashraf
•
first edition
november 2019
•
typesetting & published
chintha publishers, thiruvananthapuram
•
cover
vinod mangoes

Distribution

DESHABHIMANI BOOK HOUSE

H O Thiruvananthapuram 695035
phone: 0471-2303026, 6063026
Email: chinthapublishers@gmail.com
Website: www.chinthapublishers.com

Branch

Head Office Kunnukuzhi • Statue Thiruvananthapuram • KSRTC Bus Station Alappuzha • KSRTC Bus Station Ernakulam • Machingal Lane Thrissur • IG Road Kozhikode • Mavoor Road Kozhikode • NGO Union Building Kannur • Central Bus Terminal Complex Thavakkara Kannur

CO - 2884 / 5167
ISBN - 978-93-89410-45-0

ഒരു വിയറ്റ്നാം യാത്ര

(യാത്ര)

ഇ എം അഷ്‌റഫ്

ചിന്ത പബ്ലിഷേഴ്സ്
തിരുവനന്തപുരം-695 035

ഇ എം അഷ്റഫ്

വൈക്കം മുഹമ്മദ് ബഷീർ, ഡോ. സുകുമാർ അഴിക്കോട്, സ്വാമി ആനന്ദതീർത്ഥൻ എന്നിവരുടെ ജീവചരിത്രങ്ങൾ, *യമുനയുടെ തീരങ്ങളിൽ പി കെ അഥവാ പുനത്തിൽ കുഞ്ഞബ്ദുള്ള, ഈ വെളിച്ചത്തിനു എന്തൊരു വെളിച്ചം* തുടങ്ങിയ ഗ്രന്ഥങ്ങളുടെ കർത്താവ്. മികച്ച സിനിമാ ലേഖനത്തിനും മികച്ച ഹ്രസ്വചിത്രത്തിന്റെ കഥയ്ക്കും സംവിധാനത്തിനും സംസ്ഥാന സർക്കാരിന്റെ അവാർഡുകൾ ലഭിച്ചു. സിനിമാസംബന്ധമായ ആറ് ഗ്രന്ഥങ്ങൾ രചിച്ചു. ബഷീർ ഗവേഷണത്തിന് കേന്ദ്രസർക്കാരിന്റെ ജൂനിയർ ഫെല്ലോഷിപ്പ്. എം എഫ് ഹുസൈനെക്കുറിച്ച് മലയാളത്തിലും ഇംഗ്ലീഷിലും അറബിഭാഷയിലും എഴുതി. മികച്ച അറബിഗ്രന്ഥത്തിനുള്ള ഷാർജ ഗവൺമെന്റ് അവാർഡ് നേടിയിട്ടുണ്ട്. ബഷീറിന്റെ ജീവചരിത്രം തമിഴിലും അറബിയിലും മൊഴിമാറ്റം ചെയ്തിട്ടുണ്ട്.

*കേരളകൗമുദി*യിലും *കലാകൗമുദി*യിലും പ്രവർത്തിച്ചിട്ടുണ്ട്. ഇപ്പോൾ കൈരളി ടി വിയുടെ മിഡിൽ ഈസ്റ്റ് ഡയറക്ടർ.

ഭാര്യ : ജബീൻ
മക്കൾ : സുബിൻ, സേബ
വിലാസം : എടപ്പക്കത്ത്
ശ്രിദ്ധി സായി മഠത്തിനു സമീപം
കക്കാട്
കണ്ണൂർ 670 005
ഫോൺ : 00971506515722
Email : emashraf @ kairalitv.in

പ്രസാധകക്കുറിപ്പ്

അമേരിക്കൻ സാമ്രാജ്യത്വത്തിന്റെ ആധുനിക പടക്കോപ്പുകളെയും ബോംബ് ആക്രമണങ്ങളെയും രാഷ്ട്രീയ ഇച്ഛാശക്തികൊണ്ടു കീഴ്പ്പെടുത്തിയ ജനതയാണ് വിയറ്റ്നാം. വിയറ്റ്നാം എന്ന പേര് ഹോചിമിന്റെ അപരനാമമായാണ് നമ്മുടെ ഉള്ളിൽ പതിഞ്ഞു കിടക്കുന്നത്, ഭാരതം എന്ന പേരിൽ ഗാന്ധിമുദ്ര പതിഞ്ഞുകിടക്കുംപോലെ. സോഷ്യലിസത്തിന്റെ വേലിയിറക്കത്തിന്റെ നാളുകളിലും സ്വയം തെരഞ്ഞെടുത്ത പാതയിൽനിന്നും വ്യതിചലിക്കാതെ മുന്നോട്ടുപോകുന്ന വിയറ്റ്നാം ലോകത്താകമാനമുള്ള പുരോഗമനകാരികളുടെ ആവേശമാണ്. ഇ എം അഷ്റഫ് തന്റെ ഭാണ്ഡം ഇക്കുറി മുറുക്കിയത് വിയറ്റ്നാമിലേക്കാണ്. വിയറ്റ്നാമിന്റെ ഗ്രാമ, നഗരങ്ങളിലൂടെയും ചരിത്രത്തിലൂടെയും അഷ്റഫ് നടത്തിയ യാത്രയുടെ അനുഭവങ്ങളിലേക്ക് നമുക്ക് പ്രവേശിക്കാം.

ചിന്ത പബ്ലിഷേഴ്സ്

വിയറ്റ്നാമും ഹോ അമ്മാവനും

എം എ ബേബി

"ഹമാരാ നാം, തുമാരാ നാം, വിയറ്റ്നാം, വിയറ്റ്നാം" എന്റെ വിദ്യാർത്ഥി ജീവിതകാലത്ത് ഏറ്റവും ആവേശത്തോടെ വിളിച്ച മുദ്രാവാക്യങ്ങളിലൊന്നാണിത്. ഒരിക്കലും മറക്കാനാവാത്ത മുദ്രാവാക്യം "എന്റെ പേരും നിന്റെ പേരും വിയറ്റ്നാം, വിയറ്റ്നാം."

എത്ര വലിയ സാമ്രാജ്യത്വ ശക്തിയെയും, എത്ര മാരകമായ ആയുധ ശക്തിയെയും തോല്പിക്കുവാൻ ഒരു ജനതയുടെ ഇച്ഛാശക്തിക്കും സമര ധീരതയ്ക്കും സാധിക്കുമെന്ന മഹത്തായ പാഠം - അതിന്റെ പേരാണ് വിയറ്റ്നാം. പ്രസിദ്ധ മാധ്യമപ്രവർത്തകനും ഗ്രന്ഥകാരനുമായ എന്റെ സുഹൃത്ത് ഇ എം അഷ്റഫ് രചിച്ച *ഒരു വിയറ്റ്നാം യാത്ര* എന്ന കൃതി പുതിയ തലമുറ ഒരു പാഠപുസ്തകംപോലെ വായിച്ചു മനസ്സിലാക്കേണ്ട താണ്. ലോകത്തെ ഏറ്റവും വലിയ സാമ്രാജ്യത്വശക്തിയായ അമേരിക്ക, ഓസ്ട്രേലിയ, ദക്ഷിണ കൊറിയ, തായ്‌ലന്റ് തുടങ്ങിയ മുതലാളിത്ത രാഷ്ട്രങ്ങളുടെ സഹകരണത്തോടെ, ദക്ഷിണ വിയറ്റ്നാമിലെ പാവസർക്കാരിന്റെ പിന്തുണയിൽ അവിടം താവളമാക്കി നടത്തിയ അതിഭീകരമായ കടന്നാക്രമണ പരമ്പരകളെ പരാജയപ്പെടുത്തുക എന്ന 'ലോക വിസ്മയം' എങ്ങനെ സാധിച്ചു എന്നതിന്റെ ഒരു ലഘുവിവരണം ഈ ഗ്രന്ഥത്തിന്റെ ഏറ്റവും വിലപ്പെട്ട ഭാഗമാണ്. ആത്മധൈര്യവും അർപ്പണബോധവുമുള്ള കമ്യൂണിസ്റ്റ് പോരാളികളുടെ മികവും വോ ഗുയൻ ഗ്യാപ്പെന്ന അതുല്യ യുദ്ധനായകന്റെ സമരതന്ത്രങ്ങളും ഹോചിമിൻ ജീവിച്ചിരുന്ന കാലം നല്കിയ പരിശീലനസ്വാധീനവും സാമ്രാജ്യത്വ യുദ്ധത്തിനെതിരെ അമേരിക്കയിലും പുറത്തും വളർന്നു വന്ന പ്രത്യക്ഷ പ്രതിഷേധങ്ങളും എല്ലാം ചേർന്നാണ് അസാദ്ധ്യമെന്നു കരുതപ്പെട്ട പോരാട്ട വിജയം വിയറ്റ്നാം കൈവരിച്ചത്. ഒരു ജനതയെ ഒറ്റച്ചരടിൽ കോർത്തിണക്കിയ വിസ്മയ ശക്തിയായി മാറ്റിയതിൽ ഹോ അമ്മാവന്റെ നേതൃത്വപാടവം പ്രധാന

ഘടകമായിരുന്നു. ഭാവനാപൂർണ്ണമായ പുതിയ യുദ്ധപദ്ധതികൾ ജനറൽ ഗ്യാപ്പിന്റെ നേതൃത്വത്തിൽ സാഹസികമായി രൂപപ്പെടുത്തിയത് അതോടൊപ്പം ഏറ്റവും നിർണ്ണായകമായി. ഭൂമിക്കടിയിൽ വിസ്തൃത ഗുഹകൾ നിർമ്മിച്ച്, അവിടെ താവളമാക്കി, അധിനിവേശ സൈന്യത്തെ അമ്പരപ്പിക്കുന്ന ആക്രമണ പരമ്പരകൾ വിശേഷിച്ച് രാത്രികാലങ്ങളിൽ ആസൂത്രണം ചെയ്തത് ജനകീയ സേനയുടെ ഏറ്റവും മാരകമായ പ്രത്യാക്രമണ പദ്ധതിയായിരുന്നു. 'കുച്ചി' എന്ന പ്രദേശത്തെ കാടുകളിലെ ഇത്തരം ഭൂഗർഭഗുഹകൾ ഇന്ന് വൻ ടൂറിസ്റ്റ് ആകർഷണമാണ്, പ്രതിരോധവിദഗ്ദ്ധരുടെ പഠനസ്ഥലവും. ഫിദെൽകാസ്ട്രോ ഉൾപ്പെടെയുള്ളവർ ഇവിടം സന്ദർശിച്ചിട്ടുണ്ട്.

'ഫാൻ തീം കിം' എന്ന ഒൻപതു വയസ്സുകാരിയായ വിയറ്റ്നാം പെൺകുട്ടിയും 'നിക്ക് യൂട്ട്' എന്ന എ പി ഫോട്ടോഗ്രാഫറും വിയറ്റ്നാമിന്റെ വീരേതിഹാസത്തിന്റെ അവിഭാജ്യഭാഗമായി മാറിയിട്ടുണ്ട്. പിറകിൽ പൊട്ടിത്തെറിക്കുന്ന ബോംബിന്റെ മരണത്തീയിൽനിന്നും രക്ഷപ്പെടുവാൻ നിലവിളിച്ചോടുന്ന ആ ബാലികയുടെ ചിത്രം, ധീരസാഹസികതയോടെ ഒപ്പിയെടുത്ത നിക്ക് യൂട്ട് ലോകത്തെ ഏറ്റവും പ്രശസ്തനായ പ്രസ് ഫോട്ടോഗ്രാഫറാണ്. ആ ചിത്രം ഉൾപ്പെടെ വിയറ്റ്നാം ചെറുത്തുനില്പിന്റെ പൊള്ളുന്ന അനുഭവങ്ങൾ ആവിഷ്കരിക്കുന്ന പ്രദർശനങ്ങളുടെ സൂക്ഷ്മവിവരണം ഈ കൃതിയുടെ ഹൃദയസ്പർശിയായ ഭാഗമാണ്.

പ്രശസ്ത സാമ്പത്തിക ശാസ്ത്രജ്ഞനായ ഡോ. കെ എൻ രാജിന്റെ *ഹാനോയ് ഡയറി*യിൽ നിന്നാണ് വിയറ്റ്നാമിനെക്കുറിച്ചുള്ള കുറേ കാര്യങ്ങൾ ആദ്യം വായിച്ചറിഞ്ഞത്. തീരെ ചെറിയ ആ യാത്രാവിവരണത്തിൽ നിന്നും വ്യത്യസ്തമാണ് ഈ ഗ്രന്ഥം. അതിലേറ്റവും മുഖ്യമായത് 'ദേമോയ്' എന്ന വിയറ്റ്നാമിന്റെ ആധുനീകരണ പരിപാടികൾ പ്രാവർത്തികമാക്കുന്നതിന്റെ ശ്രദ്ധേയമായ വിവരങ്ങൾ ഇ എം അഷ്റഫ് ചെറിയ തോതിലാണെങ്കിലും ഇതിൽ അവതരിപ്പിക്കുന്നു എന്നതാണ്. ഒപ്പം ഹോചിമിന്റെ ത്യാഗപൂർണ്ണമായ ജീവിതവും വ്യത്യസ്ത സാമ്രാജ്യത്വ അധിനിവേശങ്ങളെ ഒന്നിനു പുറകേ ഒന്നായി പരാജയപ്പെടുത്തിയ വീര സാഹസികതയും കൈയൊതുക്കത്തോടെ പ്രതിപാദിച്ചിരിക്കുന്നു. ഇത്ര കുറഞ്ഞ പേജുകളിൽ ഇത്രയധികം കാര്യങ്ങൾ അവതരിപ്പിക്കുന്ന രചനാമികവ് പ്രശംസനീയം. സോവിയറ്റ് യൂണിയന്റെ ഭാഗമായിരുന്ന മുൻഘടക റിപ്പബ്ലിക്കുകളിലെ സഞ്ചാരാനുഭവങ്ങൾ ഹ്രസ്വമായി താരതമ്യം ചെയ്തിരിക്കുന്നത് ഉദാഹരണം.

വിയറ്റ്നാമിന്റെ ഗാന്ധിയെന്നും ഹോ അമ്മാവൻ അറിയപ്പെടാറുണ്ട്. ഹോചിമിന്റെ 50–ാം ചരമവാർഷികവും ഗാന്ധിജിയുടെ 150–ാം ജന്മവാർഷികവും ഒത്തു വരുന്ന 2019 ൽ ഈ ഗ്രന്ഥം അവതരിപ്പിക്കപ്പെടുകയാണ്. ഇന്ത്യയിലെയും വിയറ്റ്നാമിലെയും ജനങ്ങളുടെ ഇന്നത്തെ അവസ്ഥയും രാഷ്ട്രങ്ങളുടെ നിലയും അവലോകനം ചെയ്യാനും ഈ ലഘുകൃതി നമ്മെ പ്രേരിപ്പിക്കും. വ്യാപകമായ വായനയും ചർച്ചയും നടക്കേണ്ട ഒരു ഗ്രന്ഥമാണിതെന്ന് സംശയരഹിതമായി പറയാനാവും.

പ്രാരംഭം

മറ്റെല്ലാ യാത്രകളെയും മാറ്റിനിർത്തിയ വ്യത്യസ്തമായ അനുഭവ യാത്ര.

സ്ഥലകാല ബോധങ്ങൾക്കപ്പുറത്ത് രാഷ്ട്രീയവും ജനകീയവുമായ ചരിത്രങ്ങളിലേക്കുള്ള കാട് കയറ്റം, തകർന്നു പോയേക്കാവുന്ന രീതിയിൽ സ്ഫോടനാത്മകമായ പരിതഃസ്ഥിതിയിൽ ഒരു വലിയ രാജ്യം. ആ നാടും നാട്ടിലെ ജനതയും നൂറ്റാണ്ടുകളോളം നേരിട്ട ഭീതിദമായ ആശങ്കകൾ. പോരാട്ട ചരിത്രത്തിൽ ചോരയിൽ മുക്കി രേഖപ്പെടുത്തിയ പുതിയ അദ്ധ്യായം..

വിയറ്റ്നാമിലേക്കുള്ള യാത്ര.

ഒരുപാട് ഓർമ്മപ്പെടുത്തലുകളുടെ ചരിത്രവുമായിട്ടായിരുന്നു ആ യാത്ര. നിലവിളികളുടെയും ആർത്തനാദങ്ങളുടെയും ദിഗംബരം പൊട്ടുന്ന യാഥാർത്ഥ്യങ്ങൾ, വലിയ സാമ്രാജ്യത്വങ്ങൾക്കിടയിൽ ഒറ്റപ്പെട്ടുപോയ ഒരു ജനതയുടെ നിലനില്പിന്റെ അതിസാഹസിക പ്രതിരോധങ്ങൾ.

ഈ യാത്ര ഒരു വലിയ കാലഘട്ടത്തിലേക്കുള്ള അന്വേഷണമാണ്. പുതിയ കാലഘട്ടത്തിന്റെ തിരിച്ചറിവുകളും..

ഇരുപതാം നൂറ്റാണ്ടിലെ സ്വാതന്ത്ര്യ സമരങ്ങളിലെ വേറിട്ട അദ്ധ്യായം.

ചൈനീസ് ഫ്യൂഡൽ രാജാക്കന്മാരും ഫ്രഞ്ച്, ജാപ്പനീസ്, അമേരിക്കൻ സാമ്രാജ്യത്വങ്ങളും നൂറ്റാണ്ടുകളോളം തുടർന്ന വിയറ്റ്നാം അധിനിവേശം. ക്രൂരമായ പീഡാനുഭവങ്ങൾ.

ലോകത്തിലെ വിവിധ അവികസിത രാജ്യങ്ങളെ സാമ്രാജ്യത്വങ്ങൾ കീഴടക്കി ഭരിച്ചിട്ടുണ്ട്. എന്നാൽ നാല് വ്യത്യസ്ത സാമ്രാജ്യത്വങ്ങളെ

തുടർച്ചയായി നേരിട്ട ഒരു ജനത അത് വിയറ്റ്നാം ജനത മാത്രമാണ്. ലോകം കീഴടക്കാൻ തക്ക പ്രാപ്തിയും അത്യാധുനിക യുദ്ധസാങ്കേതിക കഴിവും അതിശക്തമായ സൈനിക ശേഷിയുള്ള ബഹുരാഷ്ട്ര രാജ്യങ്ങളെ നേരിടുകയും രാജ്യത്തിനകത്തെ നാട്ടു രാജാക്കന്മാരെയും പ്രഭുക്കളെയും എതിരിടുകയും എന്നിട്ടു ജീവിക്കുകയും ചെയ്യേണ്ടി വന്ന ഒരു ജനതയുടെ ആത്മബലം.

ആ ജനതയ്ക്കു ധൈര്യവും ആവേശവും നല്കിയ ലോകപോരാട്ട ചരിത്രത്തിലെ വിസ്മയ നായകൻ.

ഹോചിമിൻ

ഹോചിമിൻ.

ഹോചിമിനിലൂടെ മാത്രമേ വിയറ്റ്നാമിലേക്ക് നമുക്ക് യാത്ര ചെയ്യാൻ പറ്റുകയുള്ളൂ, ഒരു രാജ്യം, ആ രാജ്യത്തെ ജനത തീർത്തും കടപ്പെട്ടിരിക്കുന്നത് ഒരേ ഒരാളിൽ മാത്രം,

മഹാനായ പോരാളി ഹോചിമിനിൽ.

തെക്കും വടക്കുമായി വേർപെട്ടു നിന്നിരുന്ന വിയറ്റ്നാം ജനതയുടെയും രാജ്യത്തിന്റെയും ഏകീകരണത്തെ രാഷ്ട്രീയ സ്വപ്നമായി കണ്ടിരുന്ന ഹോചിമിൻ, പക്ഷേ, ആ ആഗ്രഹം ഹോചിമിന്റെ ജീവിതകാലത്തു യാഥാർത്ഥ്യമായില്ലെങ്കിലും മരണശേഷം ഏകീകരിച്ച വിയറ്റ്നാം രൂപം കൊണ്ടു, അതിദീർഘ വീക്ഷണമുള്ള രാജ്യതന്ത്രജ്ഞന്റെ രാഷ്ട്രീയ വിജയം.

കവിയും സ്വപ്നജീവിയുമായിരുന്ന മനുഷ്യസ്നേഹി... ഏകാന്തത്തടവുകാരനായി കൈകാലുകളിൽ ചങ്ങലയുമായി തടവറയ്ക്കകത്ത് പീഡനം അനുഭവിക്കുമ്പോഴും ജയിലിനു പുറത്തെ സൂര്യവെളിച്ചത്തെയും നിലാവിനെയുംകുറിച്ച് കവിതകളെഴുതിയ അപൂർവ്വ രാഷ്ട്രീയ നേതാവ്.. യുദ്ധതന്ത്രജ്ഞൻ. ലക്ഷക്കണക്കിന് ജനങ്ങളെ വർദ്ധിത വീര്യത്തിലൂടെ മുന്നോട്ടേക്ക് നയിച്ച ജനകീയ നേതാവ്. സ്വന്തമായി ജീവിക്കാതെ സ്വന്തം ജനങ്ങളുടെ മോചനത്തിനുവേണ്ടി മാത്രം ജീവിതം അർപ്പിച്ച ത്യാഗസമ്പന്നനായ കമ്യൂണിസ്റ്റുകാരൻ.

ഹോചിമിന്റെ നാട്ടിലേക്ക് വിമാനം കയറുമ്പോൾ ഒരു വലിയ ചരിത്ര ഭൂഖണ്ഡത്തിലാണ് കയറി ചെല്ലുന്നതെന്നു മനസ്സ് പറഞ്ഞു.

വിയറ്റ്നാമിനെ അറിയും മുൻപ് ഹോചിമിനെക്കുറിച്ച് സംക്ഷിപ്തമായെങ്കിലും അറിയേണ്ടതുണ്ട്.

മദ്ധ്യ വിയറ്റ്നാമിന്റെ വടക്കുഭാഗത്ത് എൻ ഖേ എൻ പ്രവിശ്യയിൽ സിംലിൻ ഗ്രാമത്തിലാണ് ഹോചിമിൻ ജനിച്ചത്. പിതാവ് എൻ ഗുയെൻ സിൻ സാക് പ്രഗത്ഭനായ അദ്ധ്യാപകനായിരുന്നു. നാട്ടുകാർക്ക് പ്രിയങ്കരൻ. ആ നാട്ടിലെ രാജാവ് നടത്തിവന്ന സിവിൽ സർവ്വീസ് പരീക്ഷയിൽ മികച്ച വിജയം കൈവരിച്ചുവെങ്കിലും രാജഭരണത്തിൻകീഴിൽ ഉയർന്ന ഉദ്യോഗം സ്വീകരിക്കാൻ തയ്യാറായില്ല. ഫ്രഞ്ച് ഭരണത്തിൻകീഴിൽ പാവയായി ഭരിച്ചിരുന്ന ഒരു നാട്ടുരാജാവിന്റെ ഔദാര്യം ഒന്നുംതന്നെ സ്വീകരിക്കാൻ എൻ ഗുയെൻ ട്രായി താല്പര്യംകാണിക്കാത്തത് രാജ്യദ്രോഹമായി കണക്കാക്കി. എന്തുതന്നെ സംഭവിച്ചാലും ജനവിരുദ്ധരുടെ അടിമപ്പണി വേണ്ടെന്നു ഹോചിമിന്റെ പിതാവ് രാജവൃത്തങ്ങളെ അറിയിച്ചു. ഇത് അന്നേവരെ ഉണ്ടായ എല്ലാ കീഴ്വഴക്കങ്ങളുടെയും ലംഘനമായിരുന്നു.

ആ കാലങ്ങളിൽ വിയറ്റ്നാമിൽ കുട്ടികൾക്ക് പല പേരുകളുമുണ്ടായിരുന്നു. വീട്ടിലും സ്കൂളിലും അച്ഛനമ്മമാർക്കിടയിലും സുഹൃത്തുക്കൾ, ബന്ധുകൾക്കിടയിലുമായി പല പേരുകൾ. അതുകൊണ്ടുതന്നെ ഹോചിമിന്റെയും ചെറുപ്പത്തിലെ പേരുകൾ വ്യത്യസ്തമായിരുന്നു. ജനിച്ചപ്പോൾ ഇട്ട പേര് എൻ ഗുയെൻ താറ്റ് എന്നായിരുന്നു.. പല രാജ്യങ്ങളിലും പല രാഷ്ട്രീയ രഹസ്യ ജീവിതത്തിലും പലതരം പേരുകളിൽ ജീവിക്കേണ്ടി വന്നു, ഒളിത്താവളങ്ങളിൽ പ്രത്യേകിച്ചും. എന്നാൽ ഒടുവിൽ വിയറ്റ്നാം ജനത ആ പേര് അനശ്വരമായി നല്കി: ഹോചിമിൻ.. എല്ലാവരുടെയും പ്രിയങ്കരനായ അമ്മാവൻ എന്നർത്ഥം ..രാജഭരണത്തെ എതിർത്ത് പോരാട്ടത്തിന്റെ പുതിയ മുഖം കാണിച്ച എൻ ഗുയെൻ സിൻ സാക് തന്റെ മകന് ചൈനീസ് ഫ്രഞ്ച് അധിനിവേശങ്ങളെ നേരിട്ട ജനനായകന്മാരെക്കുറിച്ചുള്ള വിപ്ലവ കഥകൾ ഐതിഹ്യമായി പറഞ്ഞു കൊടുത്തിരുന്നു വളരെ ചെറുപ്പത്തിൽത്തന്നെ, ആ വീരേതിഹാസ

കഥകൾ കേട്ട് വളർന്ന ഹോചിമിൻ അതൊക്കെ കവിതകളായി പാടാനും പഠിച്ചു.

വളർന്നു വന്ന ഹോചിമിൻ ലോകചരിത്രത്തിലെ സ്വാതന്ത്ര്യപ്പോരാട്ടങ്ങളെക്കുറിച്ച് പഠിക്കാൻ തുടങ്ങി. ഫ്രഞ്ച് ചരിത്രമാണ് ഹോചിമിനെ ആകർഷിച്ചത്. ഫ്രഞ്ച് വിപ്ലവം പാരീസ് കമ്യൂണും റൂസോയുടെ കൃതികളും യുവാവായ ഹോചിമിനിൽ പുതിയ ചിന്തകൾ ഉണർത്തി. അങ്ങനെയാണ് സ്വാതന്ത്ര്യം, സമത്വം, സാഹോദര്യം എന്നീ മൂന്നു ആശയങ്ങളിലേക്കു എത്തിച്ചേർന്നത്. ഫ്രഞ്ച് വിപ്ലവത്തിന്റെ ആധാര ശിലകൾ.... 1905 ലെ റഷ്യൻ വിപ്ലവം ഹോചിമിനിൽ വിമോചനത്തിന്റെ പാതകൾ തുറന്നു കൊടുത്തു, തന്റെ നാടിന്റെ ജനങ്ങളുടെ യാത്രാ മോചനം എന്ന ചിന്ത മനസ്സിൽ പൂർണ്ണമായ രാഷ്ട്രീയചിന്തയായി പരിണമിച്ചപ്പോൾ യുവാവായ ഹോചിമിൻ യാത്ര പുറപ്പെട്ടു. തന്റെ നാടും നാട്ടിലെ ജനങ്ങളെയും അവരുടെ ജീവിത പശ്ചാത്തലവും പ്രശ്നങ്ങളും പ്രതിസന്ധികളും വിഷമങ്ങളും എല്ലാം നേരിൽ കാണാനുള്ള രാഷ്ട്രീയശ്രമം. ബസിലും കാൽനടയായും കിട്ടാവുന്ന വാഹനങ്ങളിലുമായുള്ള ജനകീയ പ്രയാണം. ജനങ്ങൾക്കിടയിൽ ജീവിച്ചും തൊഴിൽ ചെയ്തും അദ്ധ്വാനിച്ചും കവിതകൾ പാടിയും അവരെ ഉത്സുകരാക്കിയുംകൊണ്ടുള്ള ഗ്രാമങ്ങൾ തോറുമുള്ള യാത്രകൾ. അതോടെ ഫ്രഞ്ച് സർക്കാരിന്റെയും പൊലീസിന്റെയും നോട്ടപ്പുള്ളിയായി മാറുകയും ചെയ്തു.

ഫ്രഞ്ച് വിപ്ലവ ചരിത്രത്തിൽ ആകൃഷ്ടനായ ഹോചിമിൻ വിയറ്റ്നാമിനെ കോളനിയാക്കി നിർത്തുന്ന ഫ്രാൻസിൽനിന്ന് തന്നെ തന്റെ നാടിന്റെ മോചനം എന്ന് തീരുമാനിച്ചു. കൈയിൽ പണമില്ല, ഒരു കപ്പലിൽ അടുക്കളപ്പണിക്കാരന്റെ സഹായിയായി. അവിടെ തന്റെ പേര് മാറ്റി. യുവാൻ ബാ എന്ന പേരിൽ കപ്പലിൽ ജോലിക്കു കയറി, തെക്കൻ വിയറ്റ്നാമിന്റെ തലസ്ഥാനമായ സൈഗോണിൽനിന്നും ഫ്രാൻസിലേക്ക് പുറപ്പെട്ട ഹോചിമിൻ പല രാജ്യങ്ങളും താണ്ടി തന്റെ രാഷ്ട്രീയ അനുഭവ യാത്രകൾക്ക് ശേഷം തികഞ്ഞ വിപ്ലവകാരിയായി സ്വന്തം മണ്ണിൽ കാലുകുത്തിയത് മുപ്പതു വർഷങ്ങൾക്കു ശേഷമായിരുന്നു! ഫ്രാൻസിൽ നിന്ന് ആഫ്രിക്കൻ രാജ്യങ്ങളിലും അമേരിക്കയിലും ഇംഗ്ലണ്ടിലും സഞ്ചരിച്ചു. എവിടെ എത്തിയാലും ഉടനെ എന്തെങ്കിലും ജോലി ചെയ്യും അതെത്ര മണിക്കൂറായാലും എന്ത് കഷ്ടപ്പാടുള്ള തൊഴിലായാലും പ്രശ്നമില്ല. പതിനെട്ട് ഇരുപതു മണിക്കൂറുകളിൽ കഷ്ടപ്പെട്ട് ജോലി ചെയ്തു കിട്ടുന്ന സമയങ്ങളിൽ വായനയും വർഷങ്ങൾ നീളുന്ന യാത്രകൾ. വിവിധ ലോക രാജ്യങ്ങളിലെ ജനങ്ങളേയും അവരുടെ വ്യത്യസ്ത ജീവിതങ്ങളേയും അവിടങ്ങളിലെ രാഷ്ട്രീയ ഭരണ രീതികളെയും അടുത്തറിഞ്ഞുള്ള യാത്രകൾ. ലഭിക്കാവുന്നത്ര ലോക വിവരങ്ങൾ ഗ്രഹിച്ച ശേഷം ഹോചിമിൻ പാരീസിൽ തിരിച്ചെത്തി. അവിടെ വിയറ്റ്നാമുകാരായ കുറെ ആളുകൾ അപ്പോൾ ഉണ്ടായിരുന്നു. പാരീസ് അകലങ്ങളിൽ തൊഴിൽ

രഹിതരുടെ ആശ്രയ ഭൂമി ആയിരുന്നു. വിവിധ വികസന പ്രവർത്തനങ്ങൾക്കായി കൊണ്ടുവന്ന തൊഴിലാളികളും പാരീസിന്റെ സൗന്ദര്യം ആസ്വദിക്കാൻ വന്നവരും ധാരാളം, അധികവും വിയറ്റ്നാമുകർ. അതുകൊണ്ട് തന്നെ ഫ്രഞ്ച് അധീനതയിലുള്ള തന്റെ നാടിന്റെ വിശേഷങ്ങൾ ഇവരിലൂടെ ഹോചിമിൻ മനസ്സിലാക്കി.

പാരീസിലെത്തി കുറച്ചു ദിവസം കഴിഞ്ഞപ്പോഴാണ് ആ സംഭവം അറിഞ്ഞത്. റഷ്യയിലെ ഒക്ടോബർ വിപ്ലവം. ഹോചിമിനെ വിപ്ലവ ജീവിതത്തിന്റെ വഴികളിലേക്ക് എത്തിച്ച ചരിത്ര സംഭവം. നൂറ്റാണ്ടുകളായി അടിച്ചമർത്തിയ തന്റെ നാടിന്റെ മോചനത്തിന് സമയമായി എന്ന് അദ്ദേഹം കണക്കുകൂട്ടി. ഹോചിമിൻ പാരീസിലെ കമ്യൂണിസ്റ്റ് പാർട്ടിയിൽ അംഗമായി, അതോടെ ഫ്രഞ്ച് പൊലീസിന്റെ നിരീക്ഷണത്തിലുമായി. രഹസ്യപ്പൊലീസ് വിടാതെ പിന്തുടർന്നു. എന്നാൽ ഒളിവിലെ ജീവിത രീതി അറിയാവുന്ന ഹോചിമിൻ പൊലീസിനെ പലപ്പോഴും കബളിപ്പിച്ചു. എന്നാൽ, ശത്രുതാ മനോഭാവത്തോടെ അവർ വിടാതെ പിന്തുടർന്നു. എന്നാൽ, അതൊന്നും വിപ്ലവപ്പാർട്ടി പ്രവർത്തകനായി മാറിയ ഹോചിമിനെ ഒരു തരത്തിലും ബാധിച്ചില്ല. ഇതിനിടയിലാണ് മോസ്കോവിലെക്കു പോകാനുള്ള ക്ഷണം ലഭിച്ചത്. സോവിയറ്റ് റഷ്യയോട് കടുത്ത ശത്രുത പുലർത്തിയിരുന്ന ഫ്രാൻസിൽനിന്നും റഷ്യയിലേക്ക് പോവുക അത്ര എളുപ്പമുള്ളമായിരുന്നില്ല. അതുകൊണ്ടുതന്നെ ജർമ്മൻ വഴിയാണ് റഷ്യയിലെത്തിയത്, പേരും വേഷവും മാറ്റിക്കൊണ്ട് പ്രതിസന്ധികളും പ്രതിബന്ധങ്ങളും നേരിട്ടുകൊണ്ടുള്ള രാഷ്ട്രീയപ്രവർത്തനത്തിലൂടെ ഹോചിമിൻ ലോക കമ്യൂണിസ്റ്റ് പ്രസ്ഥാനത്തിന്റെ വിവിധ തലങ്ങളിലൂടെ സഞ്ചരിച്ചു, രാഷ്ട്രീയ വിദ്യാഭ്യാസവും ആശയ സംവേദനവും പ്രാവർത്തികമാക്കാനുള്ള അപൂർവ്വ അവസരത്തിനായി കാത്തിരിക്കുകയായിരുന്നു.. റഷ്യയിൽനിന്നും ഹോങ്കോങ്ങിലേക്കും അവിടെനിന്ന് വിവിധ കമ്യൂണിസ്റ്റ് പാർട്ടി സമ്മേളനങ്ങളിലേക്കുമായി യാത്രകൾ ചെയ്തുകൊണ്ടിരുന്നു. ലോകത്തിലെ വിവിധ കമ്യൂണിസ്റ്റ് നേതാക്കളുമായി കൂടിയാലോചന നടത്തി. വിയറ്റ്നാമിന്റെ മോചനത്തിനുള്ള രാഷ്ട്രീയപ്പോരാട്ടത്തിനുള്ള സാഹചര്യം ഒരുക്കുകയായിരുന്നു ലക്ഷ്യം.. അതിനായി പല രാജ്യങ്ങളിലായി വിയറ്റ്നാം കമ്യൂൺ സ്ഥാപിച്ചു.

ഇതിനിടയിൽ വിയറ്റ്നാമിൽ കമ്യൂണിസ്റ്റ് പാർട്ടി രൂപീകരിക്കപ്പെട്ടിരുന്നു. മദ്ധ്യ വിയറ്റ്നാമിൽ അധിനിവേശ സൈന്യത്തിനെതിരെ വിപ്ലവ പോരാട്ടങ്ങൾ നടന്നതോടെ കമ്യൂണിസ്റ്റുകാരെ പട്ടാളക്കാർ തിരഞ്ഞുപിടിച്ചു അറസ്റ്റ് ചെയ്യാനും കള്ളക്കേസുണ്ടാക്കി തൂക്കിക്കൊല്ലാനും തുടങ്ങി, തെക്കൻ ചൈനയിൽ ഒറ്റുകാരായ ചിലർ വിയറ്റ്നാമിൽനിന്നുള്ള കമ്യൂണിസ്റ്റ് നേതാക്കളെ തിരിച്ചറിഞ്ഞു. ഉടനെ പൊലീസിനെ വിവരം അറിയിച്ചുകൊണ്ടിരുന്നു. അങ്ങനെയാണ് അവിടെ രഹസ്യമായി തമ്പടിച്ച

ഹോചിമിനെ പൊലീസ് പിടികൂടിയത്. വിയറ്റ്നാമുകാരായ കമ്യൂണിസ്റ്റ് നേതാക്കളെ രാജ്യത്തിന് പുറത്തു വെച്ച് പിടികൂടിക്കഴിഞ്ഞാൽ ഫ്രഞ്ച് പട്ടാളക്കാർ അവരെ വിയറ്റ്നാമിലെത്തിച്ചു തൂക്കിക്കൊല്ലുകയാണ് പതിവ്. അതു തന്നെ ഹോചിമിന്റെ കാര്യത്തിലും നടപ്പിലാക്കാൻ അവർ തീരുമാനിച്ചു. പിടികിട്ടാപ്പുള്ളിയായി പ്രഖ്യാപിച്ച ഹോചിമിനെ കിട്ടിയപ്പോൾ അവർ മറ്റൊന്നും ആലോചിച്ചില്ല. എന്നാൽ കപ്പലിൽ കയറ്റി വിയറ്റ്നാമിൽ കൊണ്ട് വന്നു, അറസ്റ്റ് ചെയ്തു ശിക്ഷ നടപ്പിലാക്കാനുള്ള ഫ്രഞ്ച് ഗൂഢാലോചന നടന്നില്ല, രാജ്യങ്ങൾ തമ്മിലുള്ള നയതന്ത്ര ബന്ധത്തിൽ ഇത്തരം കൈമാറ്റം സംബന്ധിച്ച അവ്യക്തതയായിരുന്നു കാരണം. ഇത് ഹോചിമിന്റെ ജീവിതത്തെ തൂക്കുകയറിൽനിന്നും രക്ഷപ്പെടുത്തുകയും ചെയ്തു. എന്നാൽ കമ്യൂണിസ്റ്റ് പാർട്ടി നേതാവിനെ പിടികിട്ടിയതിന്റെ ആവേശം ഹോങ്കോങ് അധികൃതർ പ്രകടിപ്പിച്ചത് ഹോചിമിനെ രണ്ടു വർഷം ഏകാന്തത്തടവിലിട്ടുകൊണ്ടായിരുന്നു. സന്ദർശകരെ കാണാൻ അനുവദിച്ചില്ല. ജയിലിൽ അടച്ചത് പൊലീസ് രഹസ്യമായി സൂക്ഷിച്ചെങ്കിലും ക്രമേണ അത് പുറത്തറിയാൻ തുടങ്ങി. ശ്വാസകോശ സംബന്ധമായ അസുഖം ബാധിച്ച് ആശുപത്രിയിലായി. ആരോഗ്യം ക്ഷയിച്ചു വന്നു. പ്രത്യേകിച്ച് ഒരു കേസുമില്ലാതെ രാഷ്ട്രീയ നേതാവിനെ ഇങ്ങനെ തടവിലിട്ടത് ജയിലിനു പുറത്തു ലോകവ്യാപകമായ ചർച്ചയായി. കമ്യൂണിസ്റ്റ് പാർട്ടി നേതാക്കൾ സമയോചിതമായി പ്രവർത്തിച്ചു. നിയമപരമായി

ഹോചിമിൻ മോസ്കോയിൽ

നേരിടുകയും അതിൽ വിജയം കൈവരിക്കുകയും ചെയ്തു. ഇതോടെ ഹോചിമിനെ ജയിൽമോചിതനാക്കാനുള്ള ശ്രമം വിജയകരമാവുകയും ചെയ്തു.

ജയിൽമോചിതനായ ഹോചിമിൻ രണ്ടു വർഷം അജ്ഞാത വാസത്തിലായി. പിന്നെ വീണ്ടും മോസ്കോവിലെത്തി. ഏകാന്തതടവും വിടാതെ പിന്തുടരുന്ന അസുഖവും എല്ലാം ഹോചിമിനെ തളർത്തിയി രുന്നു. എന്നാൽ മോസ്കോവിലെത്തിയപ്പോൾ സംഗതികൾ മാറി. ഹോചിമിൻ സന്തുഷ്ടനായി കാണപ്പെട്ടു. കമ്യൂണിസ്റ്റ് പാതയിലൂടെ മുന്നേറാനുള്ള ആവേശകരമായ അനുഭവങ്ങൾ. ഇതിനിടയിൽ ചൈന യിൽ നിർണ്ണായകമായ മാറ്റങ്ങൾ സംഭവിച്ചുകൊണ്ടിരുന്നു. ജപ്പാൻ ചൈനയെ ആക്രമിക്കാനുള്ള ശ്രമം ആരംഭിച്ചു. കമ്യൂണിസ്റ്റ് പാർട്ടിയുടെ സഹായം ചൈനയിലെ കുമിന്താങ് പാർട്ടിക്ക് അനിവാര്യമായി മാറി ..ഇത് വിയറ്റ്നാമിലെ കമ്യൂണിസ്റ്റ് പാർട്ടിക്ക് അനുകൂലമായി മാറി. അതൊരു സഞ്ചാര സ്വാതന്ത്ര്യത്തെ സഹായിക്കലായി പരിണമിച്ചു. സോവിയറ്റ് യൂണിയനിലെ വിയറ്റ്നാം കമ്യൂണിസ്റ്റുകാർക്ക് ചൈനയിലൂടെ സഞ്ചരിച്ചു തെക്കൻ ചൈനയിൽനിന്ന് വിയറ്റ്നാമിലേക്കു പ്രവേശിക്കാനുള്ള രാഷ്ട്രീയ സ്വാതന്ത്ര്യം. ഇത് ഏറ്റവുമധികം ഗുണം ചെയ്തത് ഹോചിമിനെ ആയി രുന്നു. നാട്ടിൽ കാലുകുത്താനുള്ള അവസരം.

മുപ്പതുവർഷത്തെ പ്രവാസത്തിനുശേഷം ഹോചിമിൻ സ്വന്തം മണ്ണിൽ തിരിച്ചെത്തി.

ലോകരാഷ്ട്രീയത്തിൽ വലിയ മാറ്റങ്ങൾ സംഭവിക്കുന്ന കാലമാ യിരുന്നു. യൂറോപ്പിൽ നാസി ആക്രമണത്തെ നേരിടാനുള്ള കൂട്ടായ ശ്രമങ്ങൾ ഒരു ഭാഗത്ത് രണ്ടാം ലോക മഹായുദ്ധത്തിനുള്ള സർവ്വ സന്നാഹം. ഇതിനിടയിൽ ജപ്പാൻ തെക്കേ ചൈന ആക്രമിച്ചു കീഴടക്കി. തൊട്ടടുത്ത വടക്കേ വിയറ്റ്നാമിലെത്തിയപ്പോൾ ഫ്രഞ്ച് സൈന്യം ജീവനുംകൊണ്ട് ഓടി. ജർമ്മൻ പടയോട്ടത്തിൽ ഫ്രാൻസ് കുലുങ്ങി. ഫ്രാൻസ് ഹിറ്റ്ലർക്ക് മുന്നിൽ കീഴടങ്ങി. ഫ്രഞ്ച് അധിനിവേശത്തിൽ നിന്നും ജപ്പാന്റെ കീഴിലേക്ക് വിയറ്റ്നാം മാറിപ്പോകുന്ന കാഴ്ചയാണ് പിന്നീട് കണ്ടത്. ഒരുഭാഗത്തു ഫ്രഞ്ച് പട്ടാളം മറുഭാഗത്ത് ജപ്പാൻ അതി ക്രമം. വിയറ്റ്നാം ജനത അക്ഷരാർത്ഥത്തിൽ അടിമകളായി കൊല്ലപ്പെ ടുകയായിരുന്നു. കാലാതീതമായ തിക്താനുഭവങ്ങൾ. ഇതിനെതിരിൽ തെക്കേ വിയറ്റ്നാമിലും മറ്റും ചെറുതോതിലുള്ള പ്രതിരോധങ്ങളും പ്രത്യാക്രമണങ്ങളും ഉണ്ടായി. എല്ലാം അടിച്ചമർത്താൻ അധിനിവേശ സൈന്യത്തിന് കഴിഞ്ഞു. ജനകീയമായ വലിയ കൂട്ടായ്മയിലൂടെയുള്ള പോരാട്ടത്തിന് വിയറ്റ്നാം ജനത സജ്ജമായിട്ടില്ലെന്നു ഹോചിമിൻ മനസ്സിലാക്കി..

കാടുകളിൽ ഒളിച്ചുകഴിഞ്ഞും ഗുഹകളിൽ രഹസ്യ മീറ്റിങ്ങുകൾ കൂടിയും ഹോചിമിനും മറ്റു സഖാക്കളും കൂടിയാലോചനകൾ തുടർന്നു.

കമ്യൂണിസ്റ്റ് പാർട്ടി യോഗം ചേർന്നിരുന്ന ഗുഹ

ഇതിനെത്തുടർന്ന് കമ്യൂണിസ്റ്റ് പാർട്ടിയുടെ എട്ടാം പ്ലീനവും ആ കൊടും കാട്ടിൽ വെച്ച് നടത്തുകയും ചെയ്തു. ക്വൊബാങ്ങിലെ നിബിഡ വനത്തിൽ മുളകൊണ്ട് നിർമ്മിച്ച കുടിലിൽവെച്ചാണ് കേന്ദ്ര കമ്മിറ്റിയുടെ എട്ടാം പ്ലീനം നടത്തിയത്. ആ പ്ലീനത്തിൽ വെച്ചായിരുന്നു വിയറ്റ്നാമിന്റെ മോചനത്തിനുവേണ്ടിയുള്ള സംഘടന വിയത് മിഞ് രൂപീകരിച്ചത്. ഫ്രഞ്ച് അധിനിവേശവും ജപ്പാന്റെ അടിമത്തവും സഹിക്കവയ്യാതെ വന്നപ്പോൾ ഹോചിമിൻ ജനങ്ങളോട് സായുധ കലാപത്തിന് ആഹ്വാനംചെയ്തു. ദേശിയ മോചനത്തിനായി ആയുധമെടുക്കാനുള്ള അഭ്യർത്ഥന.

ഇതോടെ രാജ്യത്തിന്റെ വിവിധ സ്ഥലങ്ങളിൽ ഗറില്ലാ പരിശീലനവും ഗറില്ലാ ഗ്രൂപ്പുകളും ഉയർന്നു വന്നു. നാടൻ തോക്കും വടിവാളും കുന്തങ്ങളുമായിരുന്നു ആകെ ഉണ്ടായിരുന്ന ആയുധങ്ങൾ. നാട്ടിൻ പുറങ്ങളിലും ഗ്രാമങ്ങളിലും ജനങ്ങളെ ബോധവല്ക്കരിക്കുക എന്നത് പ്രത്യേക ദൗത്യമായി സഖാക്കൾ ഏറ്റെടുത്തു. കമ്യൂണിസ്റ്റ് പാർട്ടിയുടെ പ്രചരണം, സംഘടനാ സമരം, പരിശീലനം എന്നിങ്ങനെയുള്ള കാര്യങ്ങളിൽ കൂടുതൽ ചർച്ചകൾ നടത്തിയത് ഹോചിമിന്റെ നേതൃത്വത്തിലായിരുന്നു. നാട്ടിൻ പുറങ്ങളിലെ ജീവിതവുമായി ഇടപഴകി അവരിൽ ഒരാളായി മാറുക എന്നത് പാർട്ടി പ്രവർത്തകർക്ക് ഹോചിമിൻ നല്കിയ പ്രധാന ഉപദേശമായിരുന്നു. സാമൂഹികമായ ഏതു ചടങ്ങുകളിലും പങ്കെടുക്കുകയും വിശ്വാസ പ്രമാണങ്ങളെ അടിസ്ഥാനപരമായി വിശകലനം ചെയ്തു തിരുത്തുംവരെ ആ വിശ്വാസപ്രമാണങ്ങളെ പരസ്യമായി നിന്ദിക്കുകയോ നിരാകരിക്കുകയോ ചെയ്യരുതെന്നും ഹോചിമിൻ നിർദ്ദേശം നല്കി. സാമാന്യ ജനജീവിതത്തോടൊപ്പം നിന്നുകൊണ്ട് അവരിലേക്ക് ഈ

സന്ദേശം എത്തിക്കുകയും ചെയ്യുക, തങ്ങളെ അടിമകളാക്കി വെച്ചുകൊണ്ടിരിക്കുന്ന സാമ്രാജ്യത്വങ്ങളെ ഒന്നിച്ചുനിന്ന് എതിരിടുക, അതിനു വേണ്ടി ആവശ്യമായ മുൻകരുതലുകളും സന്നാഹങ്ങളും ഒരുക്കുക, ഗ്രാമങ്ങളിലെ ഓരോ വീട്ടിലും ഗറില്ലാ പോരാട്ട രീതികൾ പരിശീലിപ്പിക്കുക എന്നിവയ്ക്ക് ഹോചിമിൻ പാർട്ടി പ്രവർത്തകർക്ക് ആഹ്വാനം നല്കി.

കൊബാങ് പ്രവിശ്യയിലായിരുന്നു ഹോചിമിന്റെ ഗറില്ലാ യുദ്ധ രീതികളുടെ പരിശീലനം നടന്നത്. എന്നാൽ അതേസമയം വിയറ്റ്നാമിലേക്കു ജപ്പാൻ സൈന്യം എത്തിക്കഴിഞ്ഞിരുന്നു. അക്കാലങ്ങളിൽ വിയറ്റ്നാമിന് പുറത്തു നടക്കുന്ന രാഷ്ട്രീയ സംഭവവികാസങ്ങൾ സംബന്ധിച്ച ചർച്ചകൾക്കും പുതിയ പോരാട്ട രീതികൾ അറിയുന്നതിലേക്കുമായി ഹോചിമിനെ ചൈനയിലേക്ക് അയക്കാൻ കമ്യൂണിസ്റ്റ് പാർട്ടി തീരുമാനിച്ചു. വേഷപ്രച്ഛന്നരായി ചൈനയുടെ അതിർത്തി കടന്നുവെങ്കിലും പൊലീസ് പിടിയിലകപ്പെട്ടു. കുറെ കാലത്തേക്ക് ഹോചിമിനെക്കുറിച്ച് വിയറ്റ്നാമിലെ കമ്യൂണിസ്റ്റ് പാർട്ടി പ്രവർത്തകർക്ക് വിവരമൊന്നുമുണ്ടായില്ല. ചൈനയിലെ ജയിലിൽ ക്രൂരമായ പീഡാനുഭവങ്ങൾക്കു ഇരയായി കഴിഞ്ഞ ഹോചിമിൻ കുറെ മാസങ്ങൾക്കുശേഷം രഹസ്യമായി അയച്ച സന്ദേശത്തിലൂടെയായിരുന്നു വിയറ്റ്നാമിലെ പാർട്ടി പ്രവർത്തകർ കാര്യങ്ങൾ അറിഞ്ഞത്. മനുഷ്യത്യരഹിതമായി ജയിലിൽ മർദ്ദനങ്ങൾക്ക് വിധേയനായി കഴിഞ്ഞ ഹോചിമിൻ അപ്പോഴേക്കും മൃതാവസ്ഥയിലായിരുന്നു.. ശ്വാസം മാത്രം ബാക്കി നില്ക്കെ ചൈനീസ് അധികൃതർ ഹോചിമിനെ ഇല്ലാതാക്കാനുള്ള മർദ്ദനമുറകൾ തുടർന്നു. തെക്കൻ ചൈനയിലെ പതിമൂന്നു ജില്ലകളിലെ മുപ്പത് ജയിലുകളിലായി അടയ്ക്കപ്പെട്ട ഹോചിമിന് ഒറ്റമുറി സെല്ലിൽ ഭക്ഷണവും മരുന്നും നല്കാതെ കൊല്ലാക്കൊല ചെയ്യുകയായിരുന്നു. കഴുത്തിലും കാലിലും ചങ്ങലയിട്ട് വിചാരണ ഇല്ലാത്ത തടവുകാരനായി ജയിലുകൾ മാറി മാറി കൊണ്ടിട്ട് ചൈനീസ് പൊലീസ് ചെയ്ത ക്രൂരതകളെക്കുറിച്ച് ഹോചിമിൻ പിന്നീട് പലപ്പോഴായി പരാമർശിച്ചിരുന്നു, കവിതകളിലൂടെയും. ശ്വാസകോശ സംബന്ധമായ അസുഖമുള്ള ഹോചിമിനെ കടുത്ത തണുപ്പിൽ വസ്ത്രങ്ങളില്ലാതെ ഏകാന്തത്തടവു മുറിയിൽ അടച്ചിട്ടു. പതിമൂന്നു മാസക്കാലം അനുഭവിച്ച ജയിൽ ദുരിതങ്ങൾ.

ജയിലുകളിൽനിന്നും ഹോചിമിൻ എഴുതിയ കവിതകൾ വിപ്ലവാനന്തരം ലോക പ്രശസ്തമായി, *ജയിൽ ഡയറി* എന്ന പേരിൽ.

ഇവരെന്റെ കൈകാലുകൾ വരിഞ്ഞു മുറുക്കി കെട്ടിയിരിക്കുന്നു

എന്നാലും കുന്നുകളിൽ ഞാൻ പക്ഷിക്കൂട്ടങ്ങളുടെ കളകളാരവം കേൾക്കുന്നു

....

ഓരോ രാവിലും ചങ്ങലകൾ... കാലുകളിൽ..

വലതു കാലിൽ മുറുകിയമരുന്നു..

ഇടതുകാലിനു മാത്രമേ മടങ്ങാനും നിവരാനും സ്വാതന്ത്ര്യമുള്ളൂ..,,
തണുത്ത രാത്രി, തലയണയില്ല.. പുതപ്പുകളുമില്ല
മുതുകു കുനിച്ചു കാലുകൾ മടക്കിക്കൂട്ടി ഞാൻ ഉറങ്ങാൻ ശ്രമിക്കുന്നു ചുമ്മാ...
വാഴകളിൽ ഇറ്റി വീഴുന്ന നിലാ പ്രകാശം തണുപ്പിന് ആക്കം കൂട്ടുന്നു
വാതിൽപ്പഴുതുകളിലൂടെ നക്ഷത്രക്കുഞ്ഞുങ്ങൾ അകത്തേക്ക്
വലിഞ്ഞെത്തിനോക്കുന്നു......
തന്റെ ജയിൽ ജീവിതം... അതിന്റെ പ്രത്യാഘാതം..
.......ശേഷിച്ചത് എല്ലും തോലും മാത്രം
തണുപ്പും വിശപ്പും ദുരിതവും ...

മരണത്തോട് മല്ലിടുന്ന വിധത്തിൽ അവശനായ ഹോചിമിനെ തടവറയിൽനിന്നും മോചിപ്പിക്കണമെന്ന ആവശ്യവുമായി ചൈനയിലെ ചിയാങ് കൈഷെക് ഗവൺമെന്റിലേക്കു നിവേദനങ്ങളുടെ പ്രവാഹം തന്നെ ഉണ്ടായി. സാർവ്വദേശീയ തലത്തിൽ ഇടപെടൽ നടന്നു, ഒടുവിൽ അന്നത്തെ രാഷ്ട്രീയ കാരണങ്ങളാൽ ഹോചിമിൻ എന്ന വിയറ്റ്നാമിന്റെ സമുന്നത കമ്യൂണിസ്റ്റ് നേതാവിനെ ജയിൽ മോചിതനാക്കാൻ ചിയാങ് കൈഷേക്കിന്റെ ഗവൺമെന്റിനു തയ്യാറാവേണ്ടി വന്നു.

ജയിൽ മോചിതനായി തിരിച്ചെത്തിയ ഉടൻ ആരോഗ്യപ്രശ്നങ്ങളോ അവശതയോ നോക്കാതെ ഹോചിമിൻ വിയറ്റ്നാമിന്റെ മോചനത്തിനായുള്ള വിപ്ലവ പ്രവർത്തനങ്ങളിൽ മുഴുകി, എന്നാൽ സായുധ കലാ

വിയറ്റ്നാം ഗറില്ലാ യൂണിറ്റുകൾ

പത്തിന് സമയമായി എന്ന നിലപാട് വന്നപ്പോൾ അതിനു സമയമായില്ല എന്ന് ഹോചിമിൻ കമ്യൂണിസ്റ്റ് പാർട്ടി യോഗത്തിൽ വ്യക്തമാക്കി, ഗറില്ലാ പോരാട്ടത്തിനും സമയമായില്ല എന്ന് ഹോചിമിൻ പാർട്ടി പ്രവർത്തകരെ അറിയിച്ചു. വേണ്ടത്ര ആയുധങ്ങളില്ല, വിദഗ്ദ്ധ പരിശീലനവുമില്ല. അതു കൊണ്ടുതന്നെ എല്ലാം ശരിയായ ശേഷം മാത്രം മതി സായുധ പോരാട്ടം. ഇതിനൊരു പ്രതിവിധിയും മുന്നോട്ടു വെച്ചു. പ്രാദേശികമായി സന്നദ്ധ കേന്ദ്രങ്ങൾ സ്ഥാപിക്കുകയും ജനങ്ങൾക്കിടയിൽ രാഷ്ട്രീയ പ്രബുദ്ധത വളർത്തുകയും ചെയ്യുക എന്നത്. സ്വാതന്ത്ര്യത്തിനായുള്ള പ്രചാരണ ബ്രിഗേഡ് എന്ന പേരിൽ ഇത് പ്രാവർത്തികമാവുകയും ചെയ്തു. യഥാർത്ഥത്തിൽ ഇത് ഗറില്ലാ പോരാട്ടത്തിനുള്ള മുന്നൊരുക്കമായിരുന്നു. ഇവർക്ക് ആവശ്യമായ ആയുധങ്ങളും സംഘടിപ്പിച്ചിരുന്നു.

ബ്രിഗേഡ് എന്ന ഗറില്ലാ യൂണിറ്റുകൾ രൂപീകരിച്ചപ്പോൾതന്നെ പോരാട്ടങ്ങൾ പലയിടങ്ങളിലായി ആരംഭിച്ചു. അതിലേറ്റവും പ്രധാനം നങ്കൻ, വിജയഘട്ട് എന്നീ ജില്ലകളിലെ ഫ്രഞ്ച് ഔട്ട് പോസ്റ്റ് ആക്രമണമായിരുന്നു., അവിടങ്ങളിലെ ഫ്രഞ്ച് കമാന്റർമാരെ കൊന്നു ആയുധങ്ങൾ പിടിച്ചെടുത്തു. ഈ വിജയം രാജ്യത്തിന്റെ എല്ലായിടത്തും വലിയ ആവേശം തന്നെ പ്രദാനം ചെയ്തു. രാഷ്ട്രീയവും സായുധവുമായ സമര മാർഗ്ഗങ്ങൾ ഒരുമിച്ചു കൊണ്ടുപോവുക എന്ന ഹോചിമിൻ തന്ത്രം ദേശീയ തലത്തിൽ വിജയിക്കുകയും ചെയ്തു. പിന്നീട് നടന്ന വ്യാപകമായ ഗറില്ലാ ആക്രമണങ്ങൾ, ബങ്കറുകളിലെ പോരാട്ടങ്ങൾ, നാടൻ ആയുധങ്ങളുമായുള്ള ഏറ്റുമുട്ടലുകൾ, ലക്ഷക്കണക്കിന് ആളുകളെ കൂട്ടക്കൊല ചെയ്തപ്പോഴും അധിനിവേശ ശക്തികളുടെ നാപ്പാ എന്ന രാസായുധം കൃഷിഭൂമികളെയും മനുഷ്യരെയും കത്തിച്ചു ചാമ്പലാക്കിയപ്പോഴും തളരാതെ, വീഴാതെ ജനങ്ങൾക്ക് കൈത്താങ്ങായി നിന്ന നിശ്ചയദാർഢ്യത്തിന്റെ ആൾരൂപം, ജനങ്ങളുടെ സ്വന്തം അമ്മാവൻ ഹോചിമിൻ ...

രാവും പകലും കാട്ടിലും മലകളിലുമായി ഓടി നടന്നു രഹസ്യമായും പരസ്യമായും പോരാട്ടങ്ങൾക്ക് നേതൃത്വം നല്കിയ ഹോചിമിൻ പെട്ടെന്ന് തളർന്നു വീണു, കടുത്ത മലമ്പനി കാരണം. എന്നിട്ടും അതൊന്നും ആ ധീര വിപ്ലവകാരി വകവെച്ചില്ല. തന്റെ നാടിന്റെ മോചനത്തിന് വേണ്ടി പോരാടുമ്പോൾ മരണംപോലും മാറിനില്ക്കുമെന്നു പ്രഖ്യാപിച്ചു വിശ്രമിക്കാൻ സമയമായില്ലെന്നു മറ്റുള്ളവരെ ബോദ്ധ്യപ്പെടുത്തിയ ഹോചിമിൻ.

ഒടുവിൽ ചരിത്രപ്രധാനമായ ആ നാളുകൾ വന്നെത്തി.

നൂറ്റാണ്ടുകളോളം അടിച്ചമർത്തലിനും അടിമത്തത്തിനും ഇരയായ വിയറ്റ്നാം മോചിതമായി. ഹോചിമിന്റെ നേതൃത്വത്തിൽ, വിയറ്റ്നാമിനെ പരിപൂർണ്ണ സ്വാതന്ത്ര്യത്തിലേക്കെത്തിച്ചു. കമ്യൂണിസ്റ്റ് പാർട്ടി അധികാരത്തിലെത്തി.

അഞ്ചു സാമ്രാജ്യത്വങ്ങളുടെ അതിഭീകരമായ അടിച്ചമർത്തലുകളെ

ജനകീയ പോരാട്ടങ്ങളിലൂടെ നേരിട്ട് ചരിത്ര വിജയം കൈവരിച്ച ഒരു വലിയ രാജ്യം.

അതിന്റെ എക്കാലത്തെയും വീരനായകൻ

ഹോചിമിൻ.

അനന്തമായ യാത്രയാണ് ജീവിതമെന്ന് വൈക്കം മുഹമ്മദ് ബഷീർ പറഞ്ഞത് ബഷീർ നടത്തിയ യാത്രകൾ നല്കിയ അനുഭവങ്ങളെ അടിസ്ഥാനമാക്കിയാണ്. ആഫ്രിക്കൻ വൻകരകളും അറബ് രാജ്യങ്ങളും അഫ്ഗാനിസ്ഥാനും. അങ്ങനെ ലോകത്തിന്റെ പലഭാഗങ്ങളിലും യാത്ര ചെയ്യേണ്ടി വന്ന ബഷീർ അനുഭവങ്ങളുടെ ഒരു വലിയ ഭാണ്ഡക്കെട്ടുമായിട്ടായിരുന്നു സ്വന്തം ഭൂമികയിലേക്ക് തിരിച്ചെത്തിയത്. ബഷീർ കൃതികളിൽ ഈ യാത്രകൾ പറഞ്ഞുകൊണ്ടിരിക്കുന്നു.

ലോകസഞ്ചാരത്തെ ആസ്വാദ്യവും അനുഭവജ്ഞാനവുമാക്കിയ എഴുത്തുകാരനാണ് എസ് കെ പൊറ്റെക്കാട്. കൈയിൽ കാശൊന്നുമില്ലാതെ ഒരു ബാഗും പേനയുമായി ലോകം കാണാൻ പുറപ്പെട്ട എസ് കെയുടെ അന്നത്തെ യാത്രകൾ സാഹസികം തന്നെ ആയിരുന്നു. കപ്പലിലും ട്രെയിനിലും ബസിലുമൊക്കെ സഞ്ചരിച്ചു കാണാവുന്ന ലോകത്തൊക്കെ യാത്ര ചെയ്ത പൊറ്റെക്കാട് മനോഹരമായ ഭാഷയിൽ അതൊക്കെ സഞ്ചാര സാഹിത്യവുമാക്കി.

അറിയാത്ത ലോകങ്ങളെ മലയാളികൾക്ക് മുന്നിൽ തുറന്നുതന്ന സഞ്ചാര മഹാരഥന്മാർ;

കൗതുകക്കാഴ്ചകളും വിസ്മയങ്ങളും അത്ഭുതങ്ങളും തേടിയുള്ള വിനോദസഞ്ചാരമായി യാത്രകൾ മാറുമ്പോൾ അത് കാലാനുസൃതമായ സ്ഥലംകാണൽ മാത്രമായി ചുരുങ്ങുന്നു. മുൻപത്തെ ഒരു ചൊല്ലുണ്ട് കൂറ (cockroach) ബംഗാളിൽ പോയതുപോലെ എന്ന്. ബംഗാളിൽ പോവുക ഒരു വലിയ യാത്ര ആയിരുന്ന കാലഘട്ടത്തിൽ അങ്ങനെ യാത്ര ചെയ്ത ഒരാളുടെ പെട്ടിയിൽ അകപ്പെട്ട കൂറ മറ്റൊന്നും കാണില്ലല്ലോ, യാത്രകൾ ജീവിതവുമായി ബന്ധപ്പെടുമ്പോഴാണ് ജൈവവത്താകുന്നത്. ജീവിതം ചരിത്രവും കാലവും പറഞ്ഞു തരുന്നു.

കൈരളി ടി വിയുടെ മദ്ധ്യപൗരസ്ത്യ ദേശത്തെ വാർത്തകളുടെ ഉത്തരവാദിത്വമുള്ള ഒരാളെന്ന നിലയിൽ സ്വാഭാവികമായും എനിക്ക് ജോലിയുടെ ഭാഗമായി ഗൾഫ് രാജ്യങ്ങളിലേക്ക് പല യാത്രകളും ചെയ്യേണ്ടി വരുന്നു, അപ്പോഴൊക്കെ സ്ഥല കാഴ്ചകൾക്കപ്പുറത്തു ജീവിതക്കാഴ്ചകൾ കാണാനായിരുന്നു താല്പര്യം തോന്നിയത്, അറിയാത്ത മരുഭൂമികളും സമുദ്രങ്ങളും താണ്ടി അറിവിന്റെ ലോകത്തേക്കുള്ള യാത്രാശ്രമം ഇതിനിടയിൽ ലഭിച്ച അവസരങ്ങൾ ആയിരുന്നു ആഫ്രിക്കൻ രാജ്യങ്ങളായ സോമാലിയ, ലാൻഡ് കെനിയ, പഴയ സോവിയറ്റ് യൂണിയൻ രാജ്യങ്ങളായ അസർബൈജാൻ, അർമേനിയ, ജോർജിയ, പിന്നെ നേപ്പാൾ,

ശ്രീലങ്ക എന്നിങ്ങനെയുള്ള വ്യത്യസ്ത ഭൂഖണ്ഡങ്ങളിലേക്കുള്ള യാത്രകൾ. അതൊക്കെ തന്നെ ജീവസുറ്റ അനുഭവങ്ങളായിരുന്നു.

ലോകസഞ്ചാരികളുടെ അനുഭവക്കുറിപ്പുകൾ ഇടയ്ക്കു വായിക്കാറുണ്ട്, അതിൽ രസകരമായി തോന്നിയ ഒരു വാചകം ഇങ്ങനെയാണ്: 'the real voyage of discovery consists not in seeking new landscapes, but having new eyes,' പ്രകൃതി ഭംഗിയും വിസ്മയക്കാഴ്ചകളും പുതിയ സ്ഥലങ്ങളും കാണാൻ മാത്രമുള്ളതല്ല യാത്രകൾ, പുതിയ കാഴ്ചപ്പാട് സൃഷ്ടിക്കാനുള്ളതാണ്. അടച്ചിട്ട മുറികളിലെ അനുഭവ വായന നല്കുന്ന വെളിച്ചത്തേക്കാൾ വാതിലുകൾ തുറന്നു പുറത്തേക്കു പോയി ലഭിക്കുന്ന വെളിച്ചമാണ് വെളിച്ചത്തിന്റെ വെളിച്ചമായി അനുഭവപ്പെടുന്നത്. അങ്ങനെയൊരു വെളിച്ചത്തിന്റെ അനുഭവമാണ് ഇവിടെ പങ്കുവെക്കുന്നത്.

നമ്മൾ ജീവിക്കുന്ന ഈ നൂറ്റാണ്ടു കണ്ട ലോകത്തിലെ ഏറ്റവും മഹാനായ വിപ്ലവകാരികളിൽ ഒരാളായ സഖാവ് ഹോചിമിന്റെ നാട്ടിലേക്കുള്ള യാത്ര.

വിയറ്റ്നാമിലേക്കുള്ള യാത്ര

എളുപ്പത്തിൽ കിട്ടാവുന്ന വിസ, അത്രയൊന്നും ചെലവില്ലാത്ത യാത്ര, ടൂറിസ്റ്റു സൗഹൃദ രാജ്യം. ഒരു വെക്കേഷൻ ടൂറിനു പറ്റിയ സ്ഥലം എന്ന് യാത്രകൾ ചെയ്യാൻ താല്പര്യമുള്ള ഗൾഫിലെ ഒരു മാധ്യമ സുഹൃത്ത് വിയറ്റ്നാമിനെക്കുറിച്ച് പറഞ്ഞപ്പോൾ എനിക്ക് അത്ഭുതമാണ് തോന്നിയത്, വെക്കേഷൻ ചെലവിടാൻ വിയറ്റ്നാമിലേക്കോ?

അതൊരു ചോദ്യമായി മനസ്സിൽ അലയടിച്ചുകൊണ്ടിരുന്നു.. ശരാശരി മലയാളിയുടെ മനസ്സിൽ വിയറ്റ്നാം എന്ന് കേൾക്കുമ്പോൾത്തന്നെ ഉള്ളിൽ അറിയാതെ ഉയരുന്ന ആദരവുണ്ട്, ഒരു ജനത ഒരു വലിയ നേതാവിനുകീഴിൽ നിന്നുകൊണ്ട് ജീവൻകൊടുത്തു പൊരുതി ഇതിഹാസം സൃഷ്ടിച്ചത് അത്രയൊന്നും പഴയ ചരിത്രമല്ല, ലോക പൊലീസായി അധിനിവേശങ്ങളിലൂടെ മറ്റു രാജ്യങ്ങളെ വിറപ്പിക്കുന്ന അമേരിക്കയെ അടിച്ചോടിച്ചു ചരിത്രംസൃഷ്ടിച്ച വിയറ്റ്നാം; മഹാനായ ലെനിന് ശേഷം ലോകവിപ്ലവകാരികളിൽ സമുന്നതനായി നിലകൊള്ളുന്ന ഹോചിമിന്റെ നാട്, അതൊരു ടൂറിസ്റ്റു കേന്ദ്രമായതിലെ വൈരുദ്ധ്യം.

വിയറ്റ്നാം യാത്രയ്ക്ക് തയ്യാറായപ്പോൾ ഒരു സുഹൃത്ത് കൂടി ഒപ്പം ചേർന്നു, യൂറോപ്പിലടക്കം നിരവധി രാജ്യങ്ങളിൽ യാത്രകൾ ചെയ്ത ബാങ്ക് ഉദ്യോഗസ്ഥനായ സി കെ രാജഗോപാൽ.

പുതിയ സ്ഥലം കാണുക എന്നത് അദ്ദേഹത്തിന്റെ ഒരു ജീവിത ലക്ഷ്യമാണ്.

യാത്രയ്ക്ക് മുൻപ് വിയറ്റ്നാമിനെക്കുറിച്ച് കിട്ടാവുന്ന ലേഖനങ്ങളും പുസ്തകങ്ങളും വായിക്കാനുള്ള ശ്രമം നടത്തി നോക്കി, കുറച്ചു പുസ്തകങ്ങൾ ലഭിച്ചു എല്ലാം വിയറ്റ്നാമിന് പുറത്തു പ്രസിദ്ധീകരിച്ചത്, പലതും

ഹാനോയ് വിമാനത്താവളം

ഹോചിമിനെക്കുറിച്ചുള്ളതാണ്, ജീവചരിത്രങ്ങൾ, പഠനങ്ങൾ എന്നിവ. പാശ്ചാത്യർ ഇപ്പോഴും വിയറ്റ്നാമിനെ കിട്ടുന്നിടത്തൊക്കെ മോശമാക്കുന്നത് തുടരുകയാണ്; അതിനൊരു ഉദാഹരണമാണ് പീറ്റർ നെവില്ലെ എഴുതിയ ഹോചിമിനെക്കുറിച്ചുള്ള *Analytical study*. ആദ്യ താളുകളിൽ വിയറ്റ്നാമിന്റെ ചരിത്രത്തോട് നീതിപുലർത്തുംവിധം നിഷ്പക്ഷമാണ്, ചൈന ഫ്രഞ്ച് കൊളോണിയൽ അധിനിവേശങ്ങളെ അതിനിശിതമായി തന്നെ ഈ അമേരിക്കൻ ജീവചരിത്രകാരൻ വിമർശിക്കുന്നുണ്ട്, വിയറ്റ് നാമിനെ കീഴടക്കി കോളനിയാക്കാനുള്ള ശ്രമം എന്നൊക്കെ പറയുന്നു, സോവിയറ്റു യൂണിയന്റെ പ്രകടമായ സഹായമാണ് യുദ്ധം നീണ്ടു പോകാൻ കാരണമെന്നു കുറ്റപ്പെടുത്തുന്നു, എന്നാൽ അമേരിക്കയുടെ റോൾ എത്തുമ്പോൾ വളരെ സമർത്ഥമായി ഗ്രന്ഥകാരൻ ഒഴിഞ്ഞു മാറുന്നത് വ്യക്തവുമാണ്, മാത്രമല്ല വിയറ്റ്നാമിലെ അധിനിവേശ ദുരന്തങ്ങൾക്ക് കാരണം തേടാതെ ഹോചിമിന്റെ വ്യക്തിജീവിതത്തിലേക്കാണ് പീറ്റർ ഒരു ഡിറ്റക്റ്റീവിനെ പോലെ കയറിപ്പോവുന്നത്. അടിസ്ഥാനമില്ലാത്ത ഒട്ടേറെ പൈങ്കിളി കണ്ടുപിടുത്തങ്ങളും, നമ്മുടെ മുഖ്യധാര മാധ്യമങ്ങൾ ചെയ്യുന്ന ദുർബ്ബലമായ നിലപാട് തന്നെ, ഇതോടെ അമേരിക്കൻ എഴുത്തുകാരുടെ വിയറ്റ്നാമിനെക്കുറിച്ചുള്ള പുസ്തകങ്ങൾ വായിക്കുന്നത് വേണ്ടെന്നു വെച്ചു.

വിയറ്റ്നാമിലേക്കുള്ള യാത്ര ദുബായിൽനിന്നും ഏഴു മണിക്കൂർ നേരം.

തലസ്ഥാനമായ ഹാനോയ് വിമാനത്താവളത്തിലിറങ്ങി.

നേരെത്തെ ഏർപ്പാട് ചെയ്തതിനാൽ ഗൈഡായി ട്രങ്ക് എന്ന ചെറുപ്പക്കാരൻ എയർപോർട്ടിൽ എത്തിയിരുന്നു.

എമിഗ്രേഷനിൽ വെച്ച് ഒരു ഓഫീസർ ഞങ്ങളുടെ ഡീറ്റെയിൽസ് നോക്കി ചോദിച്ചു: “ഇന്ത്യക്കാരാണ് അല്ലെ?”

ഞങ്ങൾ മറുപടി പറഞ്ഞു.

വിനയ പുരസ്സരം ആ ഓഫീസർ ഞങ്ങളെ സ്വാഗതം ചെയ്തത് ഇങ്ങനെ: “Welcome to ho uncles country.”

വിയറ്റ്നാമിന്റെ അനശ്വര നായകൻ ഹോചിമിനെ വിയറ്റ്നാമുകാർ ബഹുമാന പുരസ്സരം അഭിസംബോധന ചെയ്യുന്നത് ഹോ അങ്കിൾ എന്നാണ്.

നാട്ടിൽ മാത്രമല്ല വീട്ടിലും അവരുടെ സ്വന്തം അമ്മാവനാണ് ഹോ ചിമിൻ.

വിയറ്റ്നാം ഹോചിമിനാണ്, ഹോചിമിൻ വിയറ്റ്നാമാണ്.

അവ രണ്ടും ഒന്നാണ്.

വിയറ്റ്നാമിലേക്ക് ഒരു യാത്ര.

ഒന്ന്

സമാനതകളില്ലാത്ത ഒരു യാത്രയുടെ ഓർമ്മക്കുറിപ്പുകളാണിത്..

പോയകാലത്തിന്റെ ഉർവ്വരതയിൽനിന്നും ഉയർത്തെഴുന്നേല്ക്കുന്ന ഒരു ജനതയുടെ ഹൃദയ ഭൂമികയിലൂടെയുള്ള പ്രയാണം.

എങ്ങനെയായിരുന്നു വിയറ്റ്നാം എന്നതുപോലെ ഇപ്പോൾ എങ്ങിനെയാണ് വിയറ്റ്നാം എന്നതും കാലിക പ്രസക്തമാണ്. കാലം വിറങ്ങലിച്ചുനിന്ന ചരിത്ര യാഥാർത്ഥ്യങ്ങളിലേക്കുള്ള യാത്ര.

വിസ്മയങ്ങളും ആഹ്ലാദവും കൗതുകവും തേടിയുള്ള വിനോദ യാത്രയല്ലിത്. നിണമണിഞ്ഞപാതകളിലൂടെ, ആർത്തനാദങ്ങൾ ഉയർന്നിരുന്ന ഗ്രാമങ്ങളിലൂടെ, വെടിയൊച്ചകൾ മുഴങ്ങിനിന്നിരുന്ന വയലോലകളിലൂടെ ആകാംഷയുടെ ഭാണ്ഡവുമായി അലഞ്ഞു നടന്ന ഒരു ദൃശ്യ മാധ്യമ പ്രവർത്തകന്റെ അനുഭവ ചിത്രീകരണം.

പ്രവർത്തന മേഖലയായ ദുബായിൽനിന്നും യാത്ര പുറപ്പെടുമ്പോൾ വിയറ്റ്നാമിനെക്കുറിച്ചുള്ള ചരിത്ര പുസ്തകങ്ങളും ഹോചിമിന്റെ ജീവ ചരിതങ്ങളും ഒരാവർത്തി വായിച്ചു കഴിഞ്ഞിരുന്നു. കാലങ്ങളായി എല്ലാവരും മനസ്സിൽ ചേർത്തുവെക്കുന്ന ഐതിഹാസികമായ പോരാട്ടത്തിന്റെ വിജയചരിത്രം. ദശലക്ഷക്കണക്കിന് മനുഷ്യ ജീവിതങ്ങൾ വീരമൃത്യു വരിച്ച ആ രക്തരൂഷിത വിപ്ലവത്തിന്റെ നായകൻ ഹോചിമിൻ.

ഒരു രാഷ്ട്രീയ നേതാവിന്റെ പേരിൽ ലോകത്തു അറിയപ്പെടുന്ന ഒരു രാജ്യമേ ഉള്ളൂ.

അത് വിയറ്റ്നാം മാത്രം.

ദുബായിൽനിന്നും ഏഴുമണിക്കൂർ വിമാനയാത്രയ്ക്ക് ശേഷം വിയറ്റ് നാമിന്റെ തലസ്ഥാനമായ ഹാനോയിലെത്തി. വിയറ്റ്നാമിനെക്കുറിച്ചുള്ള വായനാനുഭവങ്ങൾ മനസ്സിൽകുറിച്ചിട്ടു. ക്യാമറ തയ്യാറാക്കി വെച്ചു, വലിയ

ചോദ്യങ്ങളോ അന്വേഷണങ്ങളോ ഇല്ലാതെ എയർപോർട്ടിൽ നിന്നും പുറത്തു കടക്കുമ്പോൾ ഒരു ഇമിഗ്രേഷൻ ഓഫീസർ അടുത്ത് വന്നു ചോദിച്ചു: "ഇന്ത്യക്കാരനാണ് അല്ലേ?" അതെ എന്ന് മറുപടി പറഞ്ഞപ്പോൾ ഹസ്തദാനം ചെയ്തുകൊണ്ട് അയാൾ പറഞ്ഞു: "സന്തോഷം. ഹോ അങ്കിളിന്റെ നാട്ടിലേക്ക് സ്വാഗതം."

രണ്ടു തവണയായി രണ്ടാഴ്ചക്കാലം വിയറ്റനാം മുഴുവൻ യാത്ര ചെയ്തപ്പോഴൊക്കെ കേട്ട വാക്ക്: ഹോ അങ്കിളിന്റെ നാടാണ് വിയറ്റ്നാം എന്നത്. വിയറ്റ്നാം ജനതയ്ക്ക് സ്വന്തം അമ്മാവൻ ഒരാൾ മാത്രം, ഹോചിമിൻ. കാലങ്ങളും ജീവിതങ്ങളും കഴിഞ്ഞാലും അത് അനശ്വരമായി നിലനില്ക്കുന്നു

എയർപോർട്ടിൽനിന്നും നേരെ ഹോട്ടലിലേക്ക്.

താമസസ്ഥലത്തിനടുത്ത് ഒരു എക്സിബിഷൻ ഹാൾ ഉണ്ട്.. അവിടെ ഒരു പ്രധാനപ്പെട്ട ഫോട്ടോ എക്സിബിഷൻ നടക്കുന്നതായി വിവരം ലഭിച്ചു.

അവിടേക്കു പുറപ്പെട്ടു.

വിയറ്റ്നാമിലെ ജേർണലിസ്റ്റുകളുടെ ആഭിമുഖ്യത്തിൽ സംഘടിപ്പിച്ച വിയറ്റ്നാം യുദ്ധഭൂമിയിലെ ഫോട്ടോകളുടെ എക്സിബിഷൻ. ലോകത്തിന്റെ വിവിധ ഭാഗങ്ങളിൽനിന്നുമെത്തിയ സന്ദർശകർ, ജേർണലിസ്റ്റുകളും ഫോട്ടോഗ്രാഫർമാരും മാത്രമല്ല വിയറ്റ്നാം കാണാനെത്തിയ വിദേശ ടൂറിസ്റ്റുകളും അവരിലുണ്ടായിരുന്നു.

തെക്കു വടക്കു വിയറ്റ്നാമുകളിൽ അമേരിക്കയുടെ നേതൃത്വത്തിലുള്ള സഖ്യ സൈന്യങ്ങൾ ബോംബിട്ടു തകർത്ത, കൂട്ടക്കുരുതിയുടെ വേദനിക്കുന്ന നിശ്ചല ദ്ര്യശ്യങ്ങൾ. ചോരയിൽ കുതിർന്ന വിയറ്റ്നാമിനെ, ലോകത്തിലെ വിവിധ രാജ്യങ്ങളിലെ പ്രഗത്ഭ ഫോട്ടോഗ്രാഫർമാർ യുദ്ധഭൂമിയിൽനിന്നും അതിസാഹസികമായി ചിത്രീകരിക്കുകയായിരുന്നു, അധിനിവേശം പുനർജ്ജനിക്കുന്ന കാഴ്ചകൾ. നിസ്സഹായരായ ഗ്രാമീണരെ പിടികൂടി വലിച്ചിഴച്ചു കൊണ്ടുപോകുന്ന അമേരിക്കൻ പട്ടാളക്കാർ. നിശ്ചലമായ ആ ദൃശ്യങ്ങൾ നിശ്ശബ്ദമായി പറഞ്ഞു തരുന്ന ദാരുണാവസ്ഥകൾ. വെടിയേറ്റു വീണ ഭർത്താവിന്റെ അടുത്തുനിന്ന് മക്കളെ മാറോടു ചേർത്ത് കൊല്ലരുതേ എന്ന് പട്ടാളക്കാരോട് യാചിക്കുന്ന അമ്മമാർ.. മുളകൾ കൊണ്ടുണ്ടാക്കിയ കുടിലുകളിൽനിന്ന് പുറത്തു നോക്കുന്ന പിഞ്ചു കുഞ്ഞുങ്ങളുടെ നിഷ്കളങ്ക മുഖങ്ങൾ. വൃദ്ധരുടെ ദയനീയ രൂപങ്ങൾ. കബന്ധങ്ങൾ വീണു കിടക്കുന്ന പാതകൾ. ചോര കട്ടകെട്ടി കിടക്കുന്ന വഴിയോരങ്ങൾ. ഗറില്ലാ പോരാളികളുടെ ഒളിസങ്കേതത്തിൽ ബോംബിട്ടതിനെത്തുടർന്ന് ചിന്നിച്ചിതറിയ മൃതദേഹങ്ങൾ. തലയറ്റവർ, അവയവങ്ങൾ വേറിട്ടവർ, മനുഷ്യമാംസം മാത്രമായി മാറിയവർ.

എക്സിബിഷൻ ഹാളിലെ തിങ്ങി നിറഞ്ഞ സന്ദർശകരിൽ മിക്കവരും മണിക്കൂറുകളോളം ആ ഫോട്ടോകളിൽ തന്നെ കണ്ണും നട്ടുനില്ക്കുന്നത് കാണാമായിരുന്നു. അധികവും അമേരിക്കയിൽനിന്നും യൂറോപ്പിൽനിന്നും

വന്ന ടൂറിസ്റ്റുകൾ. അവർക്ക് അവിശ്വസനീയമായിരുന്നു ആ നിശ്ചല ദൃശ്യങ്ങൾ. പലരും കണ്ണീരൊപ്പുന്നുണ്ടായിരുന്നു, കരുണയുടെയും സഹതാപത്തിന്റെയും കണ്ണുനീർ.

ഒരിക്കലും മറക്കാനാവാത്ത, വിയറ്റ്നാമിലെ യുദ്ധഭൂമിയിൽനിന്നുള്ള ആ ഫോട്ടോ ലോകമാധ്യമങ്ങളിൽ അച്ചടിച്ച് വന്നതോടെ അമേരിക്കയുടെയും സഖ്യകക്ഷികളുടെയും ആക്രമണത്തിനെതിരെ ലോകമെമ്പാടും ശക്തമായ പ്രതിഷേധങ്ങൾ ഉയർന്നു. യുദ്ധത്തിനെതിരെയുള്ള

Phan Thị Kim Phúc [Vietnam, 1972] by Nick Ut

The girl in the centre of this photograph is 9 year old Kim Phúc. She is running from a napalm attack which caused serious burns on her back. The boy is her older brother. Both survived. This photo became one of the most published of the Vietnam war.

പ്രതിരോധമായി മാറി, അസോസിയേറ്റഡ് പ്രസിന്റെ ഫോട്ടോഗ്രാഫർ നിക്ക് യൂട്ട് സാഹസികമായി ഒപ്പിയെടുത്ത ആ ഫോട്ടോ, ഫാൻ തീം കിം എന്ന ഒൻപതു വയസ്സുകാരി പെൺകുട്ടിയുടെ നിലവിളിച്ചോടുന്ന ആ ദൃശ്യം. പിറകിൽ പ്രകമ്പനത്തോടെ പൊട്ടിത്തെറിക്കുന്ന ബോംബുകളുടെ തീപാറുന്ന സ്ഫോടനത്തിൽനിന്നും രക്ഷപ്പെടാൻ മരണഭീതിയോടെ അലറിക്കരഞ്ഞുകൊണ്ടോടുന്ന പൂർണ്ണ നഗ്നയായ ഫാൻ തി കിം. അവൾക്കൊപ്പം നിലവിളിച്ചോടുന്ന കൊച്ചു കുട്ടികൾ. ബോംബിന്റെ ആഘാതത്തിൽ നിലത്തുവീണു പരിക്കേറ്റ കൊച്ചുകുഞ്ഞിനെ കൈയിലേന്തിക്കൊണ്ട് ഓടുന്ന ഒരമ്മ.

ഈ ഫോട്ടോവിന്റെ ചരിത്രപ്രാധാന്യം പിന്നീട് പുറത്തു വന്നിരുന്നു, ആഫ്റ്റർ ദി വാർ ഫോട്ടോ എന്ന പേരിൽ.. അതിങ്ങനെയായിരുന്നു.

അമേരിക്കൻ അധിനിവേശത്തിന്റെ ക്രൂരതയെ ലോകത്തിനു മുന്നി

ലെത്തിച്ച വാർത്താഏജൻസിയുടെ ആ ഫോട്ടോ വിവിധ ലോക മാധ്യ മങ്ങളോടൊപ്പം വാഷിങ്ടൺ പോസ്റ്റിലും അച്ചടിച്ച് വന്നിരുന്നു., അന്നത്തെ അമേരിക്കൻ പ്രസിഡന്റ് റിച്ചാർഡ് നിക്സൻ ഈ ഫോട്ടോ കണ്ടു അന്നത്തെ തന്റെ പ്രതിരോധമന്ത്രിയെ ഓഫീസിൽ വിളിച്ചു വരുത്തി കൊണ്ട് ചോദിച്ചു: ഇത് വിയറ്റ്നാമിൽനിന്നുള്ള യഥാർത്ഥ ഫോട്ടോ തന്നെയാണോ എന്ന്. പ്രതിരോധമന്ത്രി അതെ എന്ന് പറഞ്ഞ പ്പോൾ പ്രസിഡന്റ് നിക്സൺ തന്റെ യുദ്ധോപദേശകരുമായി ചർച്ച ചെയ്തു, അപ്പോഴേക്കും ലോകമെമ്പാടും സമാധാന പ്രിയരുടെ പ്രതിഷേധ പ്രകടനങ്ങൾ കൊടുമ്പിരിക്കൊള്ളുകയായിരുന്നു..

ഫോട്ടോ പ്രദർശനത്തിന്റെ മറ്റൊരു വിഭാഗത്തിൽ വിയറ്റ്നാം ജനത യുടെ ആത്മവീര്യം സ്ഫുരിക്കുന്ന ഫോട്ടോകൾ. ഗറില്ലാ യുദ്ധത്തിന്റെ ജനകീയ പോരാട്ടമുഖങ്ങൾ. അമേരിക്കയുടെ അത്യാധുനിക യുദ്ധോപ കരണങ്ങളെ നാടൻ നിർമ്മിത റോക്കറ്റുകൾകൊണ്ടും കൈബോംബുകൾ കൊണ്ടും നേരിട്ട് അവരെ പരാജയപ്പെടുത്തിയ അത്ഭുതകരമായ പ്രതി രോധ പ്രത്യാക്രമണം. ഈ ഫോട്ടോ സെക്ഷനിൽ ചെന്നപ്പോൾ വിയറ്റ്നാം അധിനിവേശം എങ്ങനെ ജനങ്ങൾ നേരിട്ടു എന്നത് യുദ്ധം നേരിട്ട് കാണുന്നതുപോലെ അനുഭവപ്പെടുന്നു.

മുപ്പതുലക്ഷത്തിലധികം വിയറ്റ്നാം ജനതയെ അമേരിക്ക കൊന്ന പ്പോൾ ജനങ്ങളുടെ തിരിച്ചടിയിൽ പതിനായിരത്തോളം അധിനിവേശ സൈനികർ കൊല്ലപ്പെട്ടു. ഇത് അമേരിക്കയിലും സഖ്യ രാജ്യങ്ങളിലും വലിയ ഒച്ചപ്പാടുണ്ടാക്കി. അമേരിക്കയിലേക്ക് സൈനികരുടെ മൃതദേ ഹങ്ങൾ കൊണ്ടുപോയപ്പോഴൊക്കെ എന്തിനാണ് ഈ യുദ്ധം എന്ന ചോദ്യം പൗരാവകാശ പ്രവർത്തകർ ചോദിച്ചുകൊണ്ടിരുന്നു.

എന്നാൽ അമേരിക്കയുടെ ധാർഷ്ട്യം കൂടുതൽ ഭീകരമായി പ്രകടമായ ഫോട്ടോകൾ മറ്റൊരു ഭാഗത്തു പ്രദർശനത്തിന് വെച്ചിട്ടുണ്ടായിരുന്നു.. ഐക്യരാഷ്ട്രസഭ കടുത്ത ഭാഷയിൽ മുന്നറിയിപ്പ് നല്കിയിട്ടും അതൊന്നും വകവെക്കാതെ വിയറ്റ്നാമിലെ ജനങ്ങൾക്കും കൃഷിയിട ങ്ങൾക്കും മേലേ പ്രയോഗിച്ച നാപാം രാസായുധ ആക്രമണത്തിൽ മരണ പ്പെട്ടതും ജീവിക്കുന്നതുമായ ഇരകളുടെ ദയനീയമായ ഫോട്ടോകൾ. നാപാം ബോംബിന്റെ ഇരകൾ. ലക്ഷക്കണക്കിന് നിസ്സഹായർ രാസായുധ ത്തിന്റെ അതിഭീകരമായ ആക്രമണത്തിൽ കൊല്ലപ്പെട്ടു.. എൻഡോസൾ ഫാൻ ഇരകളുടെ ഫോട്ടോകളും നാം കണ്ടിട്ടുണ്ട്, അറിഞ്ഞിട്ടുണ്ട്, എന്നാൽ അതിനേക്കാൾ പരിതാപകരമാണ് നാപാം ബോംബിന്റെ ഇര കളുടെ ജീവിച്ചപ്പോഴുള്ള അവസ്ഥ. വികൃതമായ മാംസപിണ്ഡങ്ങൾ മാത്ര മായ പതിനായിരക്കണക്കിന് മനുഷ്യക്കോലങ്ങൾ. ആയിരക്കണക്കിന് കുട്ടികളെയും സ്ത്രീകളെയും ജീവച്ഛവങ്ങളാക്കി മാറ്റി. രാസായുധം പ്രയോഗിച്ചശേഷം പിറന്ന കുട്ടികളുടെ തലകൾ മാത്രം വളർന്ന ചിത്ര ങ്ങൾ. കൈകാലുകൾ വികലമായി, ശരീര വളർച്ച മുരടിച്ചു.

അവരുടെ ഫോട്ടോകൾ കണ്ടു ഒരു അമേരിക്കൻ യുവതി കണ്ണീരട

Requim എക്സിബിഷൻ

ക്കാൻ പാടുപെടുന്നത് കണ്ടു. ചിലർ വിതുമ്പുന്നുണ്ടായിരുന്നു.

വലിയ തലകളും ശോഷിച്ച കൈകാലുകളും, കണ്ണുകൾ പുറത്തു വന്നു കിടക്കുന്നു. പ്രായമായവർ കുട്ടികളുടെ രൂപത്തിൽ എന്നാൽ അവരുടെ തലകൾ വലിയ ബലൂൺ പോലെ. പല കുട്ടികൾക്കും കൈകാലുകളില്ല. ചെവികൾ വളർന്നതും ചുണ്ടുകൾ ഇല്ലാതെയും.

നാപാം ഇരകളുടെ നൂറുകണക്കിന് ഫോട്ടോകൾ അവിടെ പ്രദർശിപ്പിച്ചിരുന്നു. എന്നാൽ കുറച്ചു ഫോട്ടോകൾ കണ്ടപ്പോൾ തന്നെ ദുഃഖിതരായി പലരും കരഞ്ഞ കണ്ണുകളോടെ അവിടെനിന്നും ഇറങ്ങിപ്പോകുന്നത് കാണാമായിരുന്നു.

വിയറ്റ്നാം യുദ്ധഭൂമിയിൽ കൊല്ലപ്പെട്ട സാഹസികരായ ഫോട്ടോഗ്രാഫർമാരെക്കുറിച്ചുള്ള പ്രത്യേക സെക്ഷൻ ഉണ്ടായിരുന്നു.. മാധ്യമപ്രവർത്തനത്തിലെ വേറിട്ട കർമ്മോത്സുകത. വിവിധ രാജ്യങ്ങളിലെ ഫോട്ടോഗ്രാഫർമാരുടെ ജീവിതം പണയംവെച്ചുള്ള മാധ്യമപ്രവർത്തനത്തെയാണ് യുദ്ധ ഫോട്ടോകൾ കാണിച്ചു തന്നത്. Requim (പ്രരോദനം) എന്ന പേരിലുള്ള എക്സിബിഷനിൽ ലോകത്തിലെ 11 രാജ്യങ്ങളിലെ 133 ഫോട്ടോഗ്രാഫർമാരുടെ 204 യുദ്ധ ഫോട്ടോകളാണ് ഉണ്ടായിരുന്നത്. യുദ്ധവേളയിൽ പരിക്കേറ്റ ടിം പേജ്, ഹോസ്റ്റ് ഫാസ് എന്നീ ഫോട്ടോഗ്രാഫർമാരുടെ വർഷങ്ങളായുള്ള നിരന്തര പരിശ്രമഫലമായി സംഘടിപ്പിച്ച ഫോട്ടോകളുടെ പ്രദർശനത്തിന് വിയറ്റ്നാം ന്യൂസ് ഏജൻസി അംഗീകാരം നല്കുകയായിരുന്നു. യുദ്ധഭൂമിയിൽ കൊല്ലപ്പെട്ട വിവിധ രാജ്യങ്ങളിലെ ഫോട്ടോ ജേർണലിസ്റ്റുകളുടെ കണക്കുകൾ ഇങ്ങനെ (ഇത് ഔദ്യോഗിക കണക്കുകളല്ല, അമേരിക്ക അടക്കമുള്ള പല രാജ്യങ്ങളും യുദ്ധം റിപ്പോർട്ട് ചെയ്യുന്നതിനിടയിൽ കൊല്ലപ്പെട്ട തങ്ങളുടെ രാജ്യങ്ങളിലെ മാധ്യമ പ്രവർത്തകരുടെ കണക്കുകൾ ഇതുവരെ പുറത്തു

വിട്ടിട്ടില്ല. അതുകൊണ്ടുതന്നെ ഇത് സംഘാടകർ ശേഖരിച്ച അനൗദ്യോഗിക കണക്കുകളാണ്:)

വിയറ്റ്നാമുകാരായ 72 മാധ്യമ പ്രവർത്തകരാണ് യുദ്ധഭൂമിയിൽ കൃത്യ നിർവ്വഹണത്തിനിടയിൽ ബോംബാക്രമണങ്ങൾക്കു ഇരയായത്.. മറ്റു രാജ്യങ്ങളിലെ മാധ്യമപ്രവർത്തകരുടെ കണക്കുകൾ ഇങ്ങനെ: അമേരിക്ക (16), ഫ്രഞ്ച് (12), ജപ്പാൻ (4). നൂറോളം മാധ്യമപ്രവർത്തകർക്ക് മാരകമായി മുറിവേറ്റിരുന്നു, അൻപതോളംപേർക്ക് അംഗഭംഗം സംഭവിച്ചതായും എക്സിബിഷനിൽ രേഖപ്പെടുത്തിയിട്ടുണ്ട്. ഇക്കൂട്ടത്തിൽ ഒരു അമേരിക്കൻ ഫോട്ടോ ജേർണലിസ്റ്റ് യുദ്ധഭൂമിയിൽ കൊല്ലപ്പെട്ടതിനെക്കുറിച്ച് അയാളുടെ കൂടെ ഉണ്ടായിരുന്ന റിപ്പോർട്ടർ എഴുതിയ കുറിപ്പ് ശ്രദ്ധേയമായി തോന്നി. അതിങ്ങനെയാണ്;

> സൂര്യൻ കത്തിനില്ക്കുന്ന ഒരു ഉച്ചനേരം.
>
> പരന്നുകിടക്കുന്ന വയൽ പ്രദേശം. വയലിന് നടുവിലായി ഒരു മൺപാത, അതിലൂടെ ടാങ്കറുകൾ കുതിച്ചു പായുകയാണ്, നിറയെ പട്ടാളക്കാരുമായി. അത്ര ദൂരെയല്ലാതെ വെടിയൊച്ചകൾ കേൾക്കാം.. വയലിൽ കൃഷിപ്പണിയിലേർപ്പെട്ട ഗ്രാമീണർ ഇടയ്ക്ക് തൊഴിൽ നിർത്തി അതൊന്നു ശ്രദ്ധിച്ചു, പിന്നെ കാളകളെ പൂട്ടി വയലിൽ കൃഷി തുടർന്നു, എനിക്ക് ഒരു നല്ല സ്റ്റോറി ചെയ്യണമെന്ന് തോന്നി, ഇതുപോലെ ഞാൻ എഴുതാൻ തുടങ്ങി, ഈ സമയം എന്റെ സഹപ്രവർത്തകനായ ഫോട്ടോഗ്രാഫർ റോബർട്ട് കാപ്പ എന്റടുത്തു വന്നു എഴുതിക്കൊണ്ടിരുന്ന നോട്ട്പാഡിലേക്കു നോക്കി. അയാൾക്കും ആ വരികൾ ഇഷ്ടപ്പെട്ടു, ഈ റിപ്പോർട്ടിന്റെ കൂടെ ചേർക്കാൻ നല്ല ദൃശ്യങ്ങൾ എടുക്കാം എന്നും പറഞ്ഞു ക്യാമറ ബാഗ് തോളിലിട്ട് അയാൾ നടന്നു പോയി...പിന്നെയും വെടിയൊച്ചകൾ,, ഞാൻ ധൃതിയിൽ ആ പ്രദേശത്തെ അനുഭവങ്ങൾ എഴുതിക്കൊണ്ടിരുന്നു..
>
> സൂര്യൻ താണുകൊണ്ടിരിക്കുന്നു.. ഞാൻ എഴുത്ത് അല്പനേരം നിർത്തിവെച്ചു,,
>
> അപ്പോൾ പെട്ടെന്ന് ഒരു ഘോരശബ്ദം. ആ പ്രദേശത്തെ മുഴുവൻ പിടിച്ചു കുലുക്കുന്ന ഉഗ്ര സ്ഫോടനം. ആകെ പുകമറ. ചുറ്റും നോക്കി. ശ്വാസം മുട്ടി ചുമച്ചുകൊണ്ട് അവശനാവുന്നത് ഞാൻ അറിഞ്ഞു, ആകെ പുകമറ. ഞാൻ നിലത്തു വീണു. കുറച്ചു കഴിഞ്ഞപ്പോൾ കൈ നിലത്തുകുത്തിക്കൊണ്ട് എഴുന്നേറ്റുനിന്നു. അപ്പോൾ ഒരു അമേരിക്കൻ സൈനികൻ എന്റെ നേരെ ഓടിവന്നു. അയാൾ വിഷമത്തോടെ പറഞ്ഞു:.. താങ്കളുടെ ഫോട്ടോഗ്രാഫർ കുഴിബോംബ് പൊട്ടി കൊല്ലപ്പെട്ടു. എനിക്കതു വലിയ ഷോക്കായി. ആ സൈനികനോടൊപ്പം ഓടി ആ സ്ഥലത്തു എത്തി, അപ്പോൾ കണ്ട കാഴ്ച:

ദിവസങ്ങളോളം എന്നോടൊപ്പം കഴിഞ്ഞ പ്രിയ സുഹൃത്ത് റോബർട്ട്. ബോംബ് സ്ഫോടനത്തിൽ പാതി അറ്റുപോയ ആ ശരീരം.. തൊട്ടടുത്ത് ചിന്നിച്ചിതറിക്കിടക്കുന്ന ക്യാമറ, ഗാഢമായ ഉറക്കത്തിലെന്നവണ്ണം അയാൾ എന്തോ പറയുന്നുണ്ടായിരുന്നു. പിന്നെ നിശ്ശബ്ദനായി..

റോബർട്ടിന്റെ മൃതശരീരവുമായി അമേരിക്കൻ ഹോസ്പിറ്റലിൽ ചെന്ന ഞങ്ങളോട് അവിടെ പുതുതായി ജോയിൻചെയ്ത ഡോക്ടർ ചോദിച്ചു: "ഇവിടെ കൊല്ലപ്പെടുന്ന ആദ്യ അമേരിക്കൻ ജേർണലിസ്റ്റ് ആണോ ഇദ്ദേഹം?"

ഞാൻ മറുപടി പറഞ്ഞു: "അല്ല. യുദ്ധഭൂമിയിലെ അമേരിക്കൻ ജേർണലിസ്റ്റുകളുടെ മരണം തുടരുകയാണ്." ഡോക്ടറെ നോക്കിക്കൊണ്ട് ആത്മഭാഷണം എന്ന പോലെ ഞാൻ ചോദിച്ചു.

"എന്തിനാണീ യുദ്ധം? ആർക്കുവേണ്ടി, ഇനിയെങ്കിലും ഈ യുദ്ധം അവസാനിപ്പിച്ചുകൂടെ?"

യുദ്ധമുഖത്തുനിന്നുമുള്ള ഒരു അമേരിക്കൻ ജേർണലിസ്റ്റിന്റെ ഈ വാചകങ്ങൾക്കു ഇന്നും കാലികപ്രസക്തിയുണ്ടെന്ന് തോന്നി.

സമകാലിക വിയറ്റ്നാമിനെ കാണാനുള്ള യാത്രയ്ക്കുള്ള ആമുഖമായി മാറി യുദ്ധഭൂമിയിലെ ജേർണലിസ്റ്റുകളുടെ ഫോട്ടോ പ്രദർശനം.

രണ്ട്

നാടൻ റെസ്റ്റോറന്റിൽനിന്നും നല്ല അരിയുടെ ചോറും മീൻ കറിയും കഴിച്ചപ്പോൾ കേരളത്തിന്റെ രുചി നാവിൻ തുമ്പിൽ. വിയറ്റ്നാമുകാർ ഉപയോഗിക്കുന്ന ഭക്ഷണക്കോലുകൾ (chopsticks) ഉപേക്ഷിച്ചു കൈ കൊണ്ടു ചോറ് കഴിക്കുന്നതുകണ്ട് മുന്നിലിരുന്ന പലരും അത്ഭുതത്തോടെ നോക്കി. വിശക്കുമ്പോൾ ആര് എന്ത് വിചാരിച്ചാലെന്താ എന്ന നിലപാടിൽ ഉറച്ചുനിന്നപ്പോൾ വയറു നിറഞ്ഞു. നേരെ മുന്നിലിരുന്ന ഒരു യുവതി ഒന്ന് ചിരിച്ചു. എന്തിനാണു ചിരിച്ചതെന്നു മനസ്സിലായില്ല. എന്തായാലും അരി ആഹാരം നന്നായി ആസ്വദിച്ചു.

വിയറ്റ്നാമിലെ ലോക്കൽ റെസ്റ്റോറന്റ്

വിയറ്റ്നാമിലെ നെൽപ്പാടങ്ങൾ

ചോറും കഴിച്ചു പരന്നു കിടക്കുന്ന നെൽവയലേലകളിലൂടെ ഒരു യാത്ര.

ഹെക്ടർക്കണക്കിനു നെല്വയലുകൾ ഭൂമിയെ പച്ചപ്പട്ടു പുതപ്പിച്ചതു പോലെ തോന്നിക്കുന്നു.. തലയിൽ പാളത്തൊപ്പിയുമിട്ടു വയലുകളിലിറങ്ങി ഞാറു നടുന്ന സ്ത്രീകളും പുരുഷന്മാരും. കാളകളെ പൂട്ടി നാടൻ കൃഷി സമ്പ്രദായം തുടരുന്നു. കർഷകരെല്ലാം സംതൃപ്തരാണെന്നു അവരുമായി സംസാരിച്ചപ്പോൾ മനസ്സിലായി, ഒരു ദശകത്തോളമായി നല്ല കൊയ്ത്തു നടക്കുന്നു. സ്ത്രീകളോടൊപ്പം കുട്ടികളും കൃഷിഭൂമിയിലേക്കിറങ്ങുന്നതു കാണാമായിരുന്നു, സ്കൂൾ വിട്ടുകഴിഞ്ഞാൽ പിന്നെ കുട്ടികൾ മാതാപിതാക്കളെ സഹായിക്കലായി, കൃഷിഭൂമിയിൽനിന്നും നാടൻ പാട്ടുകൾ കേൾക്കാം. തങ്ങളുടെ നാടിനുവേണ്ടി വീരമൃത്യു വരിച്ച രക്തസാക്ഷികളെക്കുറിച്ചുള്ള അപദാനങ്ങൾ. അവരുടെ വീരേതിഹാസങ്ങൾ നാടോടി ഗാനങ്ങളായി കർഷകരുടെ ചുണ്ടുകളിൽ. പുതിയ തലമുറ അതേറ്റു പാടുന്നു. (അരിക്ക് പുറമെ കരിമ്പും കപ്പയും ചോളവും മധുര കിഴങ്ങും കാപ്പി, കോട്ടൺ, റബർ എന്നിവയും കൃഷി ചെയ്യുന്നു). ജനങ്ങൾ ഒന്നടങ്കം കൃഷി ഭൂമിയിലേക്കിറങ്ങി കൃഷി വ്യാപിപ്പിക്കുകയാണ്.. ഇതിനു പുറമെ മത്സ്യബന്ധനവും വനപ്രദേശത്തുനിന്നുള്ള വരുമാനവും ആഭ്യന്തര സാമ്പത്തിക വളർച്ചയെ സഹായിക്കുന്നു.

വയലേലകളിലൂടെയുള്ള യാത്രയിൽ കാർഷിക മേഖലയിലെ അസൂയാവഹമായ വളർച്ചയെക്കുറിച്ച് അറിയാൻ കഴിഞ്ഞു. പട്ടിണിയില്ലാത്ത ഒരു രാജ്യമായി വിയറ്റ്നാം എത്ര പെട്ടെന്നാണ് ഉയർന്നത്! ആവശ്യത്തി

ലേറെയുള്ള അരി ഉല്പാദനവും പഴം പച്ചക്കറികളുടെ ലഭ്യതയും മത്സ്യബന്ധനത്തിലെ മികവും. സുഭിക്ഷമായ ജീവിതംതന്നെയാണ് വിയറ്റ്നാമിലേത്. ഇതിനു പിന്നിലെ കാരണം തേടിപോയപ്പോൾ ലഭിച്ച വിവരം ഇങ്ങനെയാണ്:

നേരത്തെയുള്ള ആഭ്യന്തര കേന്ദ്രീകൃത കാർഷിക നയത്തിൽനിന്നും തുറന്ന വിപണന കാർഷിക നയത്തിലേക്കുള്ള മാറ്റം വിദേശ രാജ്യങ്ങളിലേക്കുള്ള അരി കയറ്റുമതിക്ക് വേഗത കൂട്ടി. ഇത് കാർഷിക ഉല്പാദനത്തിന് സഹായകരമാവുക മാത്രമല്ല തൊഴിൽദിനങ്ങൾ വർദ്ധിപ്പിക്കുകയും ചെയ്തു. കാർഷികോല്പാദനത്തിന്റെ ക്രമാതീതമായ വർദ്ധനവ് കയറ്റുമതിയുടെ അനിവാര്യത സൃഷ്ടിക്കുകയും ലോക വിപണിയിൽ മത്സരം നേരിട്ട് ഉല്പന്നത്തിന്റെ മേന്മ ബോദ്ധ്യപ്പെടുത്താൻ കഴിയുകയും ചെയ്തു, ഇതോടെ രാജ്യത്തിന്റെ പ്രധാന വരുമാനം കാർഷിക മേഖലയിൽ നിന്നുതന്നെ കിട്ടിത്തുടങ്ങി. വിപ്ലവാനന്തര വിയറ്റ്നാമിലെ ജനങ്ങളുടെ കഠിനാദ്ധ്വാനത്തിന്റെയും ആർജ്ജവത്തിന്റെയും സമ്മോഹനത. അമേരിക്ക അടക്കമുള്ള എല്ലാ വിദേശ രാജ്യങ്ങളിലേക്കും അരിയും മറ്റു കാർഷിക ഉല്പന്നങ്ങളും കയറ്റി അയക്കുന്നു. ലോകരാജ്യങ്ങളിൽ കയറ്റുമതിയിലും പ്രതിശീർഷ വരുമാനത്തിലും വളർച്ചാ നിരക്ക് പ്രകടിപ്പിക്കുന്ന രാജ്യങ്ങളിൽ ഒന്നായി വിയറ്റ്നാം പുരോഗമിച്ചുകൊണ്ടിരിക്കുന്നു

ഔദ്യോഗിക കണക്കുകൾ ഇങ്ങനെ:

രാജ്യത്തിന്റെ ആഭ്യന്തര ഉല്പാദന നിരക്കിന്റെ (ജി ഡി പി) മുപ്പതു ശതമാനം കാർഷിക മേഖലയിൽനിന്നും വനമേഖലയിൽനിന്നുമുള്ള വരുമാനമാണ്. എഴുപതു ശതമാനം ആളുകളും കാർഷിക വൃത്തിയും മത്സ്യബന്ധനവും ആശ്രയിച്ചു ജീവിക്കുന്നു. വനമേഖലയിൽനിന്നുള്ള വരുമാനം വനഭൂമിയുടെ വ്യാപ്തി കുറയ്ക്കുകയും കാടുകൾ നശിപ്പിക്കപ്പെടുകയും ചെയ്യുമെന്ന യാഥാർത്ഥ്യം അടിസ്ഥാനമാക്കി നഗര കേന്ദ്രീകൃതമായ വാണിജ്യ മേഖലയ്ക്കാണ് ഇപ്പോൾ ഒദ്യോഗിക പരിഗണന നല്കുന്നത്. യൂറോപ്യൻ യൂണിയനുമായുള്ള ബന്ധവും സ്വതന്ത്ര വാണിജ്യക്കരാറിൽ ഭാഗമായതുംമൂലം ലോകത്തിലെ ഇലക്ട്രോണിക് ഭീമന്മാരുടെ ഉല്പാദന കേന്ദ്രമായി വിയറ്റ്നാം മാറിക്കഴിഞ്ഞു. ചൈനയിലെ ഉല്പാദനച്ചെലവ് വർദ്ധിച്ചത് വിയറ്റ്നാമിന് ഗുണകരമാവുകയും ചെയ്തു.

രാജ്യത്തിന്റെ വിദേശ വാണിജ്യ നയങ്ങളിൽ വരുത്തിയ കാലോചിതമായ മാറ്റം, അമേരിക്ക, യൂറോപ്പ് രാജ്യങ്ങളിൽനിന്നുള്ള ബഹുരാഷ്ട്ര കമ്പനികളുടെ നിക്ഷേപങ്ങൾക്ക് പ്രചോദനമായി. മാത്രമല്ല വിദഗ്ദ്ധ അവിദഗ്ദ്ധ തൊഴിലാളികളുടെ വിപുലമായ ലഭ്യത വിയറ്റ്നാമിലേക്കു വിദേശ കമ്പനികളുടെ പ്രവാഹത്തെ ശക്തിപ്പെടുത്തി, ഏതു വിഭാഗത്തിലെ തൊഴിലാളികളായാലും അവർ ചെയ്യുന്ന തൊഴിലിനോടുള്ള പ്രതിബദ്ധത മനുഷ്യവിഭവശേഷിയുടെ ഗുണപരമായ ഉപയോഗപ്പെടുത്തലിനെ വിപുലപ്പെടുത്തുമെന്നു തെളിയിച്ചു. രാജ്യത്തിന്റെ വരുമാന വളർച്ചയോട്

ചേർന്നുനിന്നുകൊണ്ടു ജനങ്ങൾ പ്രകടിപ്പിച്ച ഐക്യദാർഢ്യത്തിന്റെ പ്രതിഫലനം.

രാജ്യത്തിന്റെ വളർച്ചാനിരക്ക് ഉയർന്നു നില്ക്കുന്നത് തുടർന്നാൽ രണ്ടായിരത്തി ഇരുപതോടെ ലോകത്തിലെ വികസിത രാജ്യങ്ങൾക്കൊപ്പം വിയറ്റ്നാം എത്തും എന്നാണ് സാമ്പത്തിക ശാസ്ത്രജ്ഞരുടെ കണക്കുകൂട്ടൽ. ഇപ്പോഴത്തെ ജനസംഖ്യ ഒൻപതര കോടിയാണ്. തൊഴിൽ മേഖലയിലെ വികാസം പ്രതിശീർഷ വരുമാനത്തെ ഗണ്യമായി വർദ്ധിപ്പിക്കുമെന്നും വിലയിരുത്തപ്പെടുന്നു,

സ്വാതന്ത്ര്യാനന്തര വിയറ്റ്നാമിന്റെ വിജയഗാഥ പുറംലോകത്തേക്ക് വേണ്ടവിധത്തിൽ പുറത്തു വരുന്നില്ല എന്നത് മാധ്യമങ്ങളെമാത്രം കുറ്റപ്പെടുത്തിയിട്ടുകാര്യമില്ല. വിയറ്റ്നാം സന്ദർശനവേളയിൽ ഞങ്ങൾക്ക് അക്കാര്യം മനസ്സിലായി, ദുബായിലെ വിയറ്റ്നാം എംബസിയിൽ പല തവണ ബന്ധപ്പെട്ടിട്ടും ആവശ്യമായ വിവരങ്ങൾ ലഭിച്ചില്ല. വിയറ്റ്നാമിനെക്കുറിച്ച് അറിയണമെങ്കിൽ വിയറ്റ്നാമിൽ പോയേ പറ്റൂ, ഇതാണ് അവരുടെ നയം.

അതുകൊണ്ടുതന്നെ വിയറ്റ്നാമിലേക്ക് പോകും മുൻപുതന്നെ ആ രാജ്യത്തിന്റെ ഇപ്പോഴത്തെ സ്ഥിതിഗതികൾ മനസ്സിലാക്കിയിരുന്നു. ഒരു കമ്യൂണിസ്റ്റ് രാഷ്ട്രത്തിലേക്ക് എത്തുമ്പോഴുള്ള ആകാംക്ഷ മനസ്സിലുണ്ടായിരുന്നു. കമ്യൂണിസ്റ്റ് ഭരണസംവിധാനം പരാജയം എന്ന് വരുത്തിതീർക്കാൻ എല്ലാ കാലത്തും കമ്യൂണിസ്റ്റ് വിരുദ്ധർ നടത്തുന്നത് അപവാദ പ്രചരണമാണല്ലോ. അതുകൊണ്ടുതന്നെ ഒരു സോഷ്യലിസ്റ്റ് രാജ്യത്തിന്റെ വികാസ പരിണാമങ്ങൾ യാത്രയിലെ പഠന വിഷയമായി ഞാൻ മനസ്സി

പച്ചക്കറിപ്പാടം

ലേറ്റി, അതിൽ ഏറ്റവും പ്രാധാന്യം നല്കിയത് കാർഷിക മേഖലയ്ക്കാണ്.

വടക്കു തെക്കു വിയറ്റ്നാമിലെ കൃഷിയിടങ്ങളിൽ ചെല്ലുമ്പോൾ ആ രാജ്യത്തിന്റെ സമൃദ്ധിയുടെ പൊൻവെളിച്ചം കാണാനാവും. വയലുകളിലേക്കുള്ള ചാലുകളിലെ ഒഴുക്ക് സുഗമമാക്കുകയും കുഴികൾ കുഴിച്ചു ജലലഭ്യത വികസിപ്പിക്കുകയും ചെയ്തിട്ടുണ്ട്. ഇത് നെൽകൃഷിയെ സഹായിക്കാനുള്ള വഴിയാണ്. എല്ലാ വർഷവും ഇടതടവില്ലാതെ തുടർച്ചയായി കൃഷി ചെയ്യുകയും രണ്ടോ മൂന്നോ പ്രാവശ്യം വിളവെടുക്കുകയും ചെയ്യുന്നു. യന്ത്രങ്ങൾ ഇല്ലാതെ സ്ത്രീകൾ കൈകൊണ്ടു വിത്തിറക്കി നെല്ല് കൊയ്യുന്നു. വിയറ്റ്നാമിലെ കാർഷിക വികസനത്തിനായി പല വിദേശ രാജ്യങ്ങളും മുതൽ മുടക്കിറക്കുന്നുണ്ട്. ഉദാഹരണമായി ഗൾഫ് രാജ്യമായ ഖത്തർ ഒരു ബില്യൻ ഡോളറാണ് നല്കിയത്, വിയറ്റ്നാമിൽ നിന്നും അരി അടക്കമുള്ള കാർഷിക ഉല്പന്നങ്ങൾക്കുള്ള മുൻകൂർ ധന സഹായം. അത് ഉല്പന്നമായി തിരിച്ചു നല്കണമെന്ന വ്യവസ്ഥയിൽ. ലോകവിപണിയിൽ വിയറ്റ്നാം കൈവരിച്ച വിശ്വാസ്യതയുടെ പ്രതികരണമാണിതെന്നു വിലയിരുത്തപ്പെടുന്നു.

വിയറ്റ്നാമിന്റെ തെക്കു വടക്കൻ മേഖലകളിലെ കൃഷി നടത്തിപ്പ് തമ്മിൽ വ്യത്യാസമുണ്ട്. ജലലഭ്യതയ്ക്കനുസരിച്ചു വിസ്തൃതമായി ത്തന്നെ കൃഷി ചെയ്യുമ്പോൾ ചാണകം തൊട്ടുള്ള വിസർജ്ജ്യവസ്തുക്കൾ വളമായി ഉപയോഗിക്കുന്നു. ഇതിൽ ശ്രദ്ധേയമായ വസ്തുത പരമ്പരാഗത ശൈലിയിലാണ് വടക്കൻ വിയറ്റ്നാമിലെ കൃഷി എന്നതാണ്.. നമ്മുടെ നാട്ടിൻപുറത്തെ പഴയ ശൈലിയിൽ കാളകളെക്കൊണ്ട് നിലമുഴുതിട്ടാണ് ആളുകൾ കൃഷി ചെയ്യുന്നത്. കാളകളുടെ വിസർജ്ജ്യം ജൈവിക വളമായി മാറുകയും ചെയ്യുന്നു. രണ്ടോ മൂന്നോ വിളവെടുപ്പുകൾക്കു പുറമെ സമൃദ്ധമായ ബംബർ വിളവെടുപ്പുമുണ്ടാകാറുണ്ട്.

ആദ്യകാലങ്ങളിൽ കൂട്ടായ രീതിയിലായിരുന്നു കൃഷിയും കാർഷികോല്പന്ന വിപണനവും നടത്തിയിരുന്നത്. സഹകരണ അടിസ്ഥാനത്തിലുള്ള ഗ്രൂപ്പ് ഫാമിങ് സമ്പ്രദായം. വടക്കേ വിയറ്റ്നാമിൽ ഈ മൂവ്മെന്റ് ശക്തമായിരുന്നു, (വ്യക്തികൾക്കു അവർക്കാവശ്യമായ അരി, ഉരുളക്കിഴങ്ങ് തുടങ്ങിയവ സ്വന്തം സ്ഥലത്തു വിളവെടുത്തു ഉപയോഗിക്കാമായിരുന്നു), ഭൂമിയും കാർഷികോപകരണവും തൊഴിൽദിനങ്ങളും ഉല്പന്നവും സൊസൈറ്റിക്ക് നല്കുമ്പോൾ വിപണനത്തിലൂടെ അതിന്റെ വരുമാനം തിരികെ നല്കുന്ന സമ്പ്രദായം. ഇത് വടക്കൻ വിയറ്റ്നാമിൽ വിജയകരമായി ദശാബ്ദങ്ങളോളം തുടർന്നെങ്കിലും തെക്കൻ വിയറ്റ്നാമിൽ സ്ഥിതി വ്യത്യസ്തമായിരുന്നു, തെക്കു വടക്കു വിയറ്റ്നാമുകളുടെ ഏകീകരണം സഹകരണ അടിസ്ഥാനത്തിലുള്ള കാർഷിക പ്രവർത്തനത്തിന് മാറ്റമുണ്ടാക്കി. കാർഷികഭൂമിയുടെ കൈവശാവകാശം സംബന്ധിച്ച പരിഗണനയിലെ ആശയക്കുഴപ്പമാണ് ഇതിനു കാരണമായത്. വടക്കൻ വിയറ്റ്നാമിലെ സമൂഹകൃഷിസമ്പ്രദായം അതുപോലെ അംഗീകരിക്കാൻ ഏകീകൃത വിയറ്റ്നാമിന്റെ ഭാഗമായി മാറിയ തെക്കൻ വിയറ്റ്നാമുകാർക്കു കഴി

ഞ്ഞില്ല, അതോടെ ധാന്യോല്പാദക മേഖലയിൽ ഗണ്യമായ കുറവുണ്ടായി. ഇതിനെത്തുടർന്ന് എൺപതുകളിൽ കാർഷിക പരിഷ്കരണം പ്രഖ്യാപിച്ചു. നിശ്ചിത ക്വാട്ടയിൽ കൂടുതൽ കാർഷികോല്പന്നം വിളവെടുത്താൽ അത് കർഷകർക്ക് നേരിട്ട് വിപണിയിൽ വില്ക്കാനുള്ള അവകാശം നല്കി. ഇത് നല്ല പ്രതികരണമുണ്ടാക്കി. 1988 ൽ ഭൂപരിഷ്കരണം നടപ്പിലാക്കി. ഇതനുസരിച്ചു ഭൂമി ഇരുപതു വർഷത്തേക്ക് പാട്ടത്തിനായി കർഷകർക്ക് വിതരണംചെയ്തു, കാർഷിക വിപ്ലവത്തിന് ഇത് കാരണമാക്കി. കർഷകർക്ക് നേരിട്ട് വിപണിയെ സമീപിക്കാമെന്ന നില കൂടി വന്നതോടെ വിളകളുടെ ഉല്പാദനം ക്രമാതീതമായി വർദ്ധിച്ചു. അരിയുല്പാദനമാണ് ഏറ്റവുമധികം കൂടിയത്, എന്നാൽ അധിക ഉല്പന്നങ്ങളുടെ വിദേശ വിപണി ഗവൺമെന്റിൽ നിക്ഷിപ്തമാണ്. ഔദ്യോഗിക അംഗീകാരമുള്ള കമ്പനികൾക്ക് മാത്രമേ അതിനുള്ള അവകാശം നല്കിയിട്ടുള്ളൂ. ഇതിലൂടെ ലഭിക്കുന്ന ലാഭം കർഷകർക്കിടയിൽ വിതരണം ചെയ്യുന്നുണ്ട്.

ലോകത്തിലെ അരി കയറ്റുമതിയിൽ രണ്ടാമത്തേതോ മൂന്നാമത്തേതോ ആയ സ്ഥാനം ഇന്ന് വിയറ്റ്നാമിനുണ്ട്. ഒരു വർഷം ശരാശരി നാല് ടൺ അരി അമേരിക്കയിലേക്കും യൂറോപ്യൻ രാജ്യങ്ങളിലേക്കുമായി കയറ്റുമതി ചെയ്യുന്നുണ്ട്. ആധുനിക രീതിയിൽ ജലസേചനം നടപ്പിലാക്കുകയും കർഷകർക്ക് വൻതോതിൽ സബ്സിഡി നല്കി ജലലഭ്യത ഉറപ്പുവരുത്തുകയും ചെയ്തതിലൂടെ നെൽക്കൃഷിയുടെ വളർച്ച 200 ശതമാനംവരെ എത്തി എന്ന് പറയുമ്പോൾ കയറ്റുമതിയുടെ വ്യാപ്തി ഊഹിക്കാവുന്നതേയുള്ളു. രാജ്യത്തെ ജനങ്ങൾക്ക് ആവശ്യാനുസരണം അരി വിതരണം ചെയ്തശേഷം പ്രതിവർഷം ശരാശരി നാല് ടൺ അരി കയറ്റുമതി ചെയ്യാൻ കഴിഞ്ഞത് ഗവൺമെന്റ് കർഷകർക്ക് വിവിധ മേഖലകളിൽ നല്കുന്ന സഹായങ്ങളുടെ ഗുണപരമായ പ്രതിഫലനമാണ്. രണ്ടായിരത്തി പതിനെട്ടിൽ 37 ബില്യൺ ഡോളറിന്റെ കാർഷികോല്പന്നമാണ് കയറ്റുമതി ചെയ്തത്. അരിക്ക് പുറമെ ചായപ്പൊടി, കാപ്പി, കശുവണ്ടി, പച്ചക്കറികൾ, പഴവർഗ്ഗങ്ങൾ എന്നിവ ഗുണപരമായ നിലയിൽ വിദേശ മാർക്കറ്റുകളിലെത്തി, ഇതിനായി ഗവൺമെന്റ് നടത്തിയ ബൃഹത്തായ സോഷ്യലിസ്റ്റ് രീതിയിലുള്ള വാണിജ്യ ഇടപെടൽ ശ്രദ്ധേയമാണ്.

രാജ്യത്തെ തരിശുഭൂമികൾ കണ്ടെത്തി അത് കൃഷിക്ക് അനുയോജ്യമാക്കി, മാത്രമല്ല ഗവൺമെന്റ് തലത്തിൽ സബ്സിഡി അടക്കം എല്ലാവിധ സഹായവും നല്കി കൃഷിയെ ദേശീയ പ്രാധാന്യമുള്ള വിഷയമാക്കി മാറ്റി. ഞാറു നടുന്നതു തൊട്ടു വിളവെടുപ്പുവരെ ഗ്രാമങ്ങളിൽ ഉത്സവ പ്രതീതിയോടെ ചെയ്തുതുടങ്ങി.,

വിയറ്റ്നാമിലൂടെ യാത്രചെയ്യുമ്പോൾ കാർഷിക വിപ്ലവത്തിന്റെ സമൃദ്ധി ആരെയും അത്ഭുതപ്പെടുത്തും. സോഷ്യലിസ്റ്റ് രാജ്യത്തിലെ കൃത്യവും വ്യക്തവുമായ ജനകീയ നയവും അത് കൃത്യമായി നടപ്പിലാകുന്നതിലൂടെ കൈവരിച്ച അഭിവൃദ്ധിയും പഠന വിഷയമാണ്. സ്വകാര്യ

വിയറ്റ്നാമിലെ കാർഷിക സമൃദ്ധി

വ്യക്തികളുടെയോ കമ്പനികളുടെയോ ഇടപെടലോ ചൂഷണമോ, ഉടമ കേന്ദ്രീകൃത വിപണനമോ ഇല്ലാതെ കൃഷിയുടെ വ്യാപനത്തിനു നല്കുന്ന ഗവൺമെന്റ് സഹായം നാടിന്റെ കാർഷിക അഭിവൃദ്ധിക്ക് എത്രത്തോളം പ്രയോജനമാകുമെന്നതിന്റെ തെളിവ്. നാട്ടിൽ പട്ടിണിയില്ല. കർഷകർക്ക് ആവശ്യമായ സഹായം നല്കുന്നതിലൂടെ കാർഷിക മേഖലയിലെ ഉന്നതമായ മികവുണ്ടാക്കുന്നു. ഉല്പന്നസമൃദ്ധിയെ കയറ്റുമതിയിലൂടെ ഉപയോഗപ്പെടുത്തിക്കൊണ്ടു കർഷകർക്കും രാജ്യത്തിനും സാമ്പത്തിക നേട്ടം ഉണ്ടാക്കുന്നു. വിയറ്റ്നാമിലെ ഉൾനാടൻ ഗ്രാമങ്ങളിലും നഗരങ്ങളിലും ഉത്സാഹഭരിതരും സന്തുഷ്ടരുമായ ജനങ്ങളെ കാണാം. യാചകരില്ല, ക്രിമിനൽ കുറ്റങ്ങൾ കുറവ്, സ്ത്രീകൾക്ക് സുരക്ഷയും സംരക്ഷണവും. ഇതിനെല്ലാം പുറമെ സ്ത്രീ പുരുഷ സമത്വത്തിന്റെ അടിസ്ഥാനത്തിലുള്ള തൊഴിൽ ലഭ്യതയും സ്ത്രീ സംരക്ഷിതമായ തൊഴിൽ പരിസരവും കർശന നിരീക്ഷണവും രഹസ്യപ്പൊലീസിന്റെ വിന്യാസവും ക്രിമിനൽ കുറ്റകൃത്യങ്ങളെ യഥാസമയം കണ്ടെത്തി പിടികൂടാൻ സഹായകമാവുന്നു. ഇത് ജനങ്ങൾക്ക് ബോദ്ധ്യമാണെന്നതും ശ്രദ്ധേയമാണ്, പൊലീസ് ജനങ്ങളുടെ കാവല്ക്കാരായി മാറുന്ന കാഴ്ച.

രാജ്യത്തേക്ക് എത്തുന്ന ടൂറിസ്റ്റുകൾക്ക് പരമാവധി സൗകര്യങ്ങൾ ചെയ്യുന്നു. ടൂറിസം സൗഹൃദ രാജ്യമായി രാജ്യം മാറിക്കഴിഞ്ഞു, ഏഷ്യൻ രാജ്യങ്ങളിൽനിന്ന് മാത്രമല്ല യൂറോപ്പ്, അമേരിക്ക, ബ്രിട്ടൻ തുടങ്ങിയ വികസിത രാജ്യങ്ങളിൽനിന്നും പതിനായിരക്കണക്കിന് ടൂറിസ്റ്റുകളാണ് വിയറ്റ്നാമിൽ എത്തിക്കൊണ്ടിരിക്കുന്നത്, അവർക്കു സുരക്ഷിതത്വം നല്കാൻ ഗവൺമെന്റ് എല്ലാ സജ്ജീകരണവും ഒരുക്കിയിട്ടുമുണ്ട്, പൊതുവെ ജനങ്ങൾ വിദേശികളോട് സൗഹാർദ്ദവും സ്നേഹവും പ്രകടിപ്പിക്കുന്നവരാണ്, നാടിനെയും നാട്ടുകാരെയും കാണാനെത്തുന്നവരെ ഹാർദ്ദവമായി സ്വീകരിക്കുന്നു, കഴിഞ്ഞകാല പോരാട്ടങ്ങളുടെ വീരേതിഹാസം

പോലെ തന്നെ വളർന്നു വികസിച്ചുകൊണ്ടിരിക്കുന്ന രാജ്യത്തിന്റെ കാർഷിക മേഖലയേയുംകുറിച്ചാണ് പറഞ്ഞുകൊണ്ടിരിക്കുന്നതും.

അതാണ് വിയറ്റ്നാമിലെ ജനങ്ങളുടെ പ്രത്യേകത.

കഠിനാദ്ധ്വാനത്തിലൂടെ തങ്ങൾ കൈവരിച്ച കാർഷിക അഭിവൃദ്ധി പറഞ്ഞും കാണിച്ചും കൊടുത്തുകൊണ്ടുള്ള ടൂറിസം.

ഇതാ ഇങ്ങനെയാണ് ഞങ്ങൾ സ്വന്തമായി ഈ നാട് പുനർനിർമ്മിച്ചതെന്ന ആർജ്ജവം.

അതേസമയം വിപ്ലവ പൂർവ്വ ചരിത്രം, അത് അങ്ങനെതന്നെ അവിടെയുണ്ട്, ഏതു വിദേശ ടൂറിസ്റ്റിനു മുന്നിലും ഇതാ കണ്ടുകൊൾക, ഞങ്ങൾ അനുഭവിച്ച പഴയകാലം, എന്ന് കാണിച്ചു കൊടുക്കാൻ.

പരാതിയില്ലാതെ, പരിഭവമില്ലാതെ.

മൂന്ന്

സുന്ദരികളാണ് വിയറ്റ്നാം സ്ത്രീകൾ.. സ്നേഹവും സൗഹാർദ്ദവുമുള്ളവർ. പരിചയപ്പെട്ടു കഴിഞ്ഞാൽ വിയറ്റ്നാം യുവതിയോട് തുറന്നു സംസാരിക്കാം. അവരും അതുപോലെ പറഞ്ഞുകൊണ്ടിരിക്കും, ഇഷ്ടപ്പെട്ടാൽ വിവാഹം ചെയ്യാനും തടസ്സമില്ല.

വിവാഹം സ്വർഗ്ഗത്തിലല്ല ഭൂമിയിലാണെന്നു വിയറ്റ്നാമിലെ വിവാഹ ചടങ്ങുകൾ കണ്ടപ്പോൾ ബോദ്ധ്യമായി, മതം, ജാതി, വർഗ്ഗം, ദേശം, രാജ്യം ഒന്നും ഇവിടെ തടസ്സമില്ല.

മതത്തിന്റെ സ്വാധീനത്തിൽനിന്നും വിയറ്റ്നാമിലെ വിവാഹച്ചടങ്ങുകൾ മോചിതമാണ്. വരന്റെയോ വധുവിന്റെയോ വീട്ടിൽവെച്ചാണ് അധികം വിവാഹവും നടത്തുന്നത്. ചിലപ്പോൾ പൊതുഹാളുകളിൽ സാമൂഹ്യ പ്രാധാന്യമുള്ളവരുടെ കാർമ്മികത്വത്തിൽ. എല്ലാവർക്കും എല്ലാ വിവാഹങ്ങൾക്കും പങ്കു ചേരാം. പ്രത്യേക ക്ഷണം ഉണ്ടാവില്ല.. പാർട്ടിയാണ് ചടങ്ങു സംഘടിപ്പിക്കുന്നത്, സാമൂഹിക പ്രാധാന്യമുള്ള ചടങ്ങ് എന്നരീതിയിലാണ് വിവാഹച്ചടങ്ങുകളെ എല്ലാവരും കാണുന്നത്. അതിനു പള്ളി, അമ്പലം തുടങ്ങിയ ആരാധനാലയങ്ങളുടെ ആവശ്യകതയില്ല എന്നത് പരമ്പരാഗതമായി അംഗീകരിച്ച പൊതു തീരുമാനമാണ്.

സ്ത്രീകളോട് സംസാരിക്കാം, സുഹൃത്തായി കൂടെ കൊണ്ടു നടക്കാം.

കുടുംബബന്ധത്തിന്റെ ഊട്ടിഉറപ്പിനു കാലാകാലമായി വലിയ പ്രാധാന്യം വിയറ്റ്നാം സമൂഹം നല്കുന്നുണ്ട്. പഴയ രീതിയിൽ സ്ത്രീ പുരുഷ ബന്ധം ചില നിബന്ധനകളോടെയായിരുന്നു നിലനിന്നിരുന്നത്.

പൊതുസ്ഥലത്തും വീടിനകത്തുവെച്ചും സദാചാര സാംസ്കാരിക ബോധം എത്രത്തോളം അനിവാര്യമാണെന്ന് ചെറുപ്പം തൊട്ടുതന്നെ

വിയറ്റ്നാമിലെ സ്ത്രീകൾ

രക്ഷിതാക്കൾ കുട്ടികൾക്ക് പറഞ്ഞു മനസ്സിലാക്കി കൊടുത്തിരുന്നു. സഹോദരനും സഹോദരിയും തമ്മിൽ തൊടുകയോ ചുംബിക്കുകയോ പാടില്ല, പൊതുസ്ഥലത്ത് മാന്യമായ സംസ്കാരം പ്രകടിപ്പിക്കണം, അനാവശ്യമായ സ്നേഹപ്രകടനങ്ങൾ, മറ്റുള്ളവർക്ക് അലോസരം തോന്നുന്ന പെരുമാറ്റങ്ങൾ എന്നിവ ഒഴിവാക്കണമെന്നു രക്ഷിതാക്കൾ പറഞ്ഞു കൊടുക്കുന്നു, ടൂറിസ്റ്റുകളുമായി ഇടപെടാം എന്നാൽ അകലം സൂക്ഷിക്കണമെന്ന മുന്നറിയിപ്പും. വിദേശികൾക്ക് ടൂറിസത്തിന്റെ വാതിൽ തുറന്നു കൊടുത്തപ്പോൾ പാശ്ചാത്യ സംസ്കാരം അതിലൂടെ കയറി വരുമെന്നത് ജനങ്ങൾ മുൻകൂട്ടി കണ്ടിരുന്നു. തങ്ങളുടെ പുതിയ തലമുറയെ അതെത്രത്തോളം പിടികൂടുമെന്ന വിചാരം അവർക്കുണ്ടായി. അതുകൊണ്ടുതന്നെ വീടിനകത്തും പുറത്തും പരമ്പരാഗത ജീവിത ശൈലി തുടരാൻ സാമൂഹികമായി അവർ തീരുമാനിക്കുകയായിരുന്നു.

എന്നാൽ പുതിയ കാലഘട്ടത്തിൽ വലിയ മാറ്റങ്ങൾ തന്നെ സാമൂഹിക ഇടപെടലിൽ സ്ത്രീകൾക്കിടയിൽ വന്നിട്ടുണ്ട്. സ്ത്രീകൾക്ക് പൂർണ്ണ സ്വാതന്ത്ര്യം. അതിന്റെ ഗുണവും ദോഷവും അവർ തന്നെ അനുഭവിക്കണമെന്ന നിലപാട്. കർശന നിയന്ത്രണത്തോടെ പൂട്ടിയിടുന്ന പഴയ സമ്പ്രദായത്തിൽനിന്നുമുള്ള പൂർണ്ണമായ മാറ്റം,

സാമൂഹിക ബോധത്തിൽ കാലോചിതമായ മാറ്റങ്ങൾ വരുത്തി അത് സൂക്ഷ്മതയോടെ പ്രാബല്യത്തിൽ വരുത്തി. എന്നാൽ അത് മോണിറ്റർ

ചെയ്യുന്നത് ഗവൺമെന്റ് സിസ്റ്റം,

രാജ്യങ്ങൾ താണ്ടിയുള്ള യാത്രകളിൽ ഒരിടത്തും ഇത്ര സുതാര്യവും എന്നാൽ നിയന്ത്രിതവുമായ ഒരു സോഷ്യൽ സിസ്റ്റം കാണാൻ കഴിഞ്ഞിട്ടില്ല.

യാത്രകൾ എപ്പോഴും ഓർമ്മകളായി മനസ്സിൽ കിടക്കുന്നു.

മറ്റൊന്നുമായി സ്പർശിക്കുമ്പോൾ ആ ഓർമ്മകൾ ബോധതലത്തിലെത്തുന്നു

എന്നിട്ട് ചിലപ്പോൾ താരതമ്യത്തിന് മുതിരുന്നു.

പിറകോട്ടുള്ള ആ യാത്രകളെക്കുറിച്ചാണ് ഇനി പറയുന്നത്.

വിയറ്റ്നാമിൽ എത്തും മുൻപ് പഴയ സോവിയറ്റ് യൂണിയൻ രാജ്യങ്ങളായ അസർബൈജാൻ, അർമേനിയ, ജോർജിയ തുടങ്ങിയ രാജ്യങ്ങളിലേക്കു യാത്ര ചെയ്തിരുന്നു. ഗൃഹാതുര യാത്രകൾ എന്ന് വേണമെങ്കിൽ പറയാം.

പഴയ കമ്യൂണിസ്റ്റ് രാജ്യങ്ങളുടെ ഇപ്പോഴത്തെ അവസ്ഥ അറിയാനുള്ള ചെറിയ ശ്രമം.

സ്റ്റാലിന്റെ ജന്മഭൂമിയായ ജോർജിയ കമ്യൂണിസ്റ്റു ഭരണരീതി ഉപേക്ഷിച്ചു, തലസ്ഥാനമായ റ്റിബിലിസിയിലെ എയർപോർട്ടിൽനിന്നും ഇറങ്ങി പുറത്തേക്കു പോകുന്ന വഴിയിൽ കണ്ടത് അമേരിക്കൻ പ്രസിഡന്റായിരുന്ന ജോർജ് ബുഷിന്റെ (രണ്ടാമൻ) വലിയ ചിത്രം. അത് പ്രാധാന്യത്തോടെ ഉയർത്തി കെട്ടിവെച്ചിട്ടുണ്ട്, ജോർജിയ സന്ദർശിച്ചതിന്റെ ഉപകാര സ്മരണയായി ഈ റോഡിനു ജോർജ് ബുഷ് റോഡ് എന്നാണ് നാമകരണം ചെയ്തിട്ടുള്ളത്.

എവിടെയും ക്രിസ്ത്യൻ ദേവാലയങ്ങൾ മാത്രം. അവിഭക്ത സോവിയറ്റ് യൂണിയനിൽ അടച്ചിട്ടു പൂട്ടി ആരും പോകാതിരുന്ന ചർച്ചുകൾ തുറന്നു കിടക്കുന്നു, ആളുകൾ വിശ്വാസികളായി മാറി അല്ലെങ്കിൽ അങ്ങനെയാക്കി മാറ്റി. സ്റ്റാലിന്റെ നാട്ടിൽ (ജോർജിയയിൽ)ഒരു കഫ്റ്റീരിയയ്ക്കു പിന്നിൽ ലെനിന്റെ വെങ്കലപ്രതിമ അനാഥമായി കിടക്കുന്നതു കണ്ടു, പുതിയ തലമുറയ്ക്ക് അതാരാണെന്നോ എന്താണ് ചരിത്ര പ്രാധാന്യമെന്നോ അറിയില്ല എന്ന് സംഭാഷണത്തിൽനിന്ന് മനസ്സിലായി.

അർമേനിയയിലും സ്ഥിതി വ്യത്യസ്തമായിരുന്നില്ല,, തൊഴിലില്ല വരുമാനമില്ല, അർമേനിയൻ യുവാക്കൾ ലോകത്തിന്റെ വിവിധ ഭാഗങ്ങളിൽ തൊഴിൽ തേടി യാത്രചെയ്യുന്നു. പട്ടിണി മറ്റൊരു രൂപത്തിൽ പ്രകടമാവുന്നു.. മലകൾ തുരന്നു നിർമ്മിച്ച ചർച്ചുകൾ എവിടെയും. ഫാക്ടറികളില്ല, തൊഴിൽ സാദ്ധ്യതകൾ തീരെയില്ലാതായി. അർമേനിയൻ ക്രിസ്ത്യാനികളാണ് ഭൂരിപക്ഷവും. തൊട്ടടുത്ത അസീർബെജാനും തുർക്കിയും അതിർത്തികൾ അടച്ചിട്ടതിനാൽ റോഡ് മാർഗ്ഗം ഒന്നും ലഭിക്കുന്നില്ല, യൂറോപ്യൻ യൂണിയന്റെ സഹായമാണ് പ്രധാനം. കപ്പൽ വഴിയോ വ്യോമയാനം വഴിയോ ലഭിക്കുന്നു, അഖണ്ഡ സോവിയറ്റ് യൂണിയൻ കാലഘട്ടത്തിൽ കേന്ദ്രീകൃതമായി എല്ലാ സോവിയറ്റ് രാജ്യങ്ങൾക്കും

വിയറ്റ്നാമിലെ വിവാഹം

കാർഷിക ഉല്പന്നങ്ങളും വ്യവസായ സഹായവും നല്കി സമത്വത്തോടെ സംരക്ഷിച്ചിരുന്നു, തൊട്ടടുത്ത മുസ്ലീം ഭൂരിപക്ഷ രാജ്യമായ അസർബൈജൻ കടുത്ത ശത്രുതയിലാണ്. അസർബൈജാൻ പോലെ തൊട്ടടുത്ത മറ്റൊരു മുസ്ലീം രാജ്യമായ തുർക്കിയും അർമേനിയയെ ശത്രു രാജ്യമായി പ്രഖ്യാപിച്ചു.. ക്രിസ്ത്യൻ മുസ്ലീം വർഗ്ഗ വിഭജനവും വർഗ്ഗീയ വൈരാഗ്യവുമാണ് സോവിയറ്റ് യൂണിയന്റെ വഴിപിരിയലിനുശേഷം പഴയ സോവിയറ്റുകളിൽ സംഭവിച്ചത്. അർമേനിയ കടുത്ത ക്രിസ്ത്യൻ പക്ഷപാത നിലപാടിൽ പോയപ്പോൾ യാഥാസ്ഥിതിക മുസ്ലീം പക്ഷമായി അസർ ബൈജൻ പരിണമിച്ചു. സാമ്പത്തികമായി തകർന്നെങ്കിലും തൊഴിലില്ലായ്മയും വിലക്കയറ്റവും വർദ്ധിച്ചെങ്കിലും ടൂറിസ്റ്റുകൾക്ക് മുന്നിൽ നിന്നും അതൊക്കെ മൂടിവെക്കാൻ അർമേനിയയും ജോർജിയായും കഠിനമായി ശ്രമിക്കുന്നത് വ്യക്തമാണ്. റഷ്യ എന്ന് കേൾക്കുമ്പോൾ തന്നെ അവർക്കു അമർഷമാണ്, കമ്യൂണിസത്തോടും.

മതവർഗ്ഗീയ ചേരികളുടെ അമിത സ്വാധീനം സോഷ്യലിസ്റ്റ് മനഃസ്ഥിതികരായിരുന്ന ആ രാജ്യങ്ങളിലെ ജനങ്ങളെ അങ്ങനെയാക്കി മാറ്റി, ബാഹ്യശക്തികളുടെ സമർത്ഥമായ സാംസ്കാരിക അധിനിവേശത്തിന്റെ പരിണതഫലം.

ഇപ്പോൾ ആ യാത്രാനുഭവങ്ങൾ മുന്നിലെത്തിയത് വിയറ്റ്നാമിലെ സമകാലിക യാഥാർത്ഥ്യങ്ങൾ നേരിൽ കണ്ടപ്പോഴാണ്.

സോവിയറ്റ് യൂണിയന്റെ പതനം സൃഷ്ടിച്ച ആഘാതം വിയറ്റ്നാമിനെ ഒരുതരത്തിലും സ്പർശിച്ചില്ല. അമേരിക്കക്കെതിരെയുള്ള പോരാ

ട്ടത്തിൽ നിർല്ലോഭം സഹായിച്ച പഴയ സോവിയറ്റു യൂണിയൻ തകർന്നതിൽ വേദനിച്ചെങ്കിലും ഒരു കമ്യൂണിസ്റ്റു രാജ്യമായി തുടരാൻ വിയറ്റ്നാമിലെ ജനങ്ങൾ പ്രതിജ്ഞാബദ്ധരായിരുന്നു. അവർ കമ്യൂണിസത്തോടു കൂടുതൽ ആവേശം പ്രകടിപ്പിച്ചു. കാരണം ആ രാജ്യത്തിന്റെ ഭൂതകാല പീഡാനുഭവങ്ങളുടെ ഓർമ്മകൾ തന്നെ. അഞ്ചു സാമ്രാജ്യത്വ ശക്തികളുടെ ക്രൂരതയിൽനിന്നും ദശാബ്ദങ്ങളോളം പോരാടിയ ജനതയ്ക്ക് കമ്യൂണിസ്റ്റ് ആശയത്തിൽനിന്നും മാറിനില്ക്കാൻ ഒരിക്കലും കഴിയുകയില്ല. അതുകൊണ്ട് തന്നെ ഗ്രാമങ്ങളിലും നഗരങ്ങളിലും ഒരുപോലെ ജനങ്ങൾ ഒന്നടങ്കം കമ്യൂണിസ്റ്റ് ഭരണ സംവിധാനങ്ങളോട് തികഞ്ഞ കൂറും ഐക്യദാർഢ്യവും പ്രകടിപ്പിക്കുന്നു. വിയറ്റ്നാം ജനതയുടെ ഈ നിശ്ചയദാർഢ്യം യാത്രയിൽ ഉടനീളം ഉൾക്കൊള്ളാൻ കഴിഞ്ഞു.

കമ്യൂണിസ്റ്റ് രാജ്യമാണ്. അതുകൊണ്ട് ആരാധനാലയങ്ങൾ ഇവിടെ ഇല്ല എന്ന് പറയാനാവില്ല.

ഇവിടെ ദേവാലയങ്ങളുണ്ട്. എന്നാൽ വിശ്വാസികൾ കുറവാണ്. ആരും നിർബ്ബന്ധിച്ചു ആരാധനാലയങ്ങളിലേക്ക് അയക്കുന്നില്ല, ആരെയും വിലക്കുന്നുമില്ല. മതവിശ്വാസം അടിച്ചേല്പിക്കുന്ന സമ്പ്രദായം ഇവിടെ ഇല്ല.

ഒരു മതത്തോടും പ്രത്യേക മമതയോ വിശ്വാസമോ ഇല്ലാത്ത ജന ങ്ങളാണ് വിയറ്റ്നാമിലെ ഭൂരിപക്ഷവും. കമ്യൂണിസ്റ്റ് ആശയത്തിലാണ് വിശ്വാസം, ജീവിതത്തിൽ മതത്തിനു ഒരു പരിഗണനയും നല്കുന്നില്ല. എന്നാൽ പൂർണ്ണ മത സ്വാതന്ത്ര്യം അനുവദിക്കുന്ന വിയറ്റ്നാമിൽ പ്രധാന മതങ്ങൾക്ക് പ്രവർത്തന സ്വാതന്ത്ര്യമുണ്ട്. ഗോത്ര മതം ഉണ്ടെങ്കിലും ഭൂരി പക്ഷം ആളുകളും നിരീശ്വര വിശ്വാസികളാണ്, ഏകദേശം 70 ശതമാനം. ബുദ്ധമതം (13 ശതമാനം) വിവിധ ക്രിസ്ത്യൻ വിഭാഗങ്ങൾ (14 ശതമാനം) ഇസ്ലാം, ബഹായി, ഹോ ഹ ഓയിസ്റ്റുകൾ, നാടോടി ഗോത്രങ്ങൾ എന്നീ വിഭാഗങ്ങൾക്കാണ് ഔദ്യോഗിക അംഗീകാരമുള്ളത്. ഇവരിൽ ബുദ്ധമത ക്കാർക്കും ക്രിസ്ത്യൻ മുസ്ലീം മതവിഭാഗങ്ങൾക്കും ആരാധനാലയങ്ങ ളുണ്ട്. മതപരമായ ചടങ്ങുകളുമുണ്ട്. എന്നാൽ മത പരിവർത്തനത്തിനു പ്രചോദനം നല്കുന്ന വിധത്തിൽ സാമ്പത്തിക ആനുകൂല്യമോ പ്രതി ഫലമോ നല്കാൻ അനുവദിക്കില്ല. ഒരു തരത്തിലുമുള്ള അനാവശ്യ സ്വാധീനവും മത പ്രചാരമെന്ന രീതിയിൽ പാടുള്ളതല്ല. കാരണം ഓരോ മതസ്ഥരും അവരുടേതായ മത പ്രചാരണത്തിന് വഴിവിട്ട രീതിയിൽ പ്രവർ ത്തിച്ചാൽ അത് മത വർഗ്ഗീയ സംഘർഷമോ ആശയക്കുഴപ്പമോ ഉണ്ടാ കുമെന്ന നിലപാടാണ് സർക്കാരിന്റെ ഭാഗത്തുള്ളത്.

നാല്

ചില യാത്രകളിൽ നമ്മുടെ നാടിന്റെ ഓർമ്മകൾ മുന്നിൽ വന്നു നില്ക്കാറുണ്ട്.

അങ്ങനെയൊരു അനുഭവം വിയറ്റ്നാമിലെ യാത്രയ്ക്കിടയിൽ ഉണ്ടായി.

മാധ്യമ പ്രവർത്തനത്തിന്റെ ആദ്യ നാളുകളിൽ ചെയ്ത ഒരു ഗ്രാമീണ സ്റ്റോറിയുടെ ഓർമ്മ,

നിലമ്പൂരിലെ അരുവാക്കോട് ഗ്രാമത്തിലെ കളിമൺപാത്ര കുടിൽ വ്യവസായത്തെക്കുറിച്ചുള്ള ആ ഫീച്ചർ ഇന്നും സൂക്ഷിച്ചു വെച്ചിട്ടുണ്ട്.

വിയറ്റ്നാം കളിമൺ പാത്ര നിർമ്മാണം

പിന്നീട് ഔദ്യോഗിക ആവശ്യാർത്ഥം ഗൾഫ് രാജ്യമായ ബഹ്റൈനിൽ പോയപ്പോഴും അവിടുത്തെ കളിമൺപാത്ര നിർമ്മാണ ഗ്രാമങ്ങളിലേക്ക് ചെന്നിരുന്നു.

ഇതാ ഇപ്പോൾ വിയറ്റ്നാമിലും.

വിയറ്റ്നാമിലെ ബെറ്റ് ട്രാങ് കളിമൺപാത്ര നിർമ്മാണ ഗ്രാമത്തിലേക്കുള്ള യാത്ര അതിലൊന്നാണ്.

ഗ്രാമീണ കാഴ്ചകളിൽ മുഴുകിയുള്ള കാർ യാത്ര, ഹാനോയിൽ നിന്നും കുറച്ചു ദൂരം കഴിഞ്ഞപ്പോൾ ഡ്രൈവർ വണ്ടി നിർത്തി;

വിറകു കരിയുന്ന ഗന്ധം,. ചൂടുള്ള വെയിൽ, ബെറ്റ് ട്രാങ് ഗ്രാമത്തിലെത്തി.

ഇടുങ്ങിയ ഗ്രാമപാതയിലൂടെ നടന്നു പോകണം. ചെറിയ കൈവഴികൾ, പിന്നെ കണ്ടത് വലിയ പുഴയാണ്, ചൈനയിൽനിന്നും ഒഴുകിയെത്തുന്ന ചുകന്ന നദി, നദിക്കരികെ നിന്നപ്പോൾ യന്ത്രവല്കൃത ചങ്ങാടങ്ങളിൽ മണൽ കയറ്റി പോകുന്നത് കണ്ടു, അത് കളിമൺപാത്ര ഗ്രാമത്തിലേക്കുള്ള മണലാണ്.

ഞങ്ങൾ എത്തിയത് കളിമൺപാത്ര നിർമ്മാണ ഗ്രാമത്തിലാണ്.

കാർഷിക മേഖലയിൽനിന്നും വ്യത്യസ്തമായ മറ്റൊരു ഗ്രാമം.

അവസാനിക്കാത്ത പോരാട്ട വീര്യം ജീവിതത്തിലുടനീളം പ്രകടിപ്പിക്കുന്നവരാണ് വിയറ്റ്നാം ജനത. വിശ്രമമില്ലാത്ത ജീവിത ശൈലിയേ അവർക്കറിയുകയുള്ളൂ, ഏതെങ്കിലുമൊരു തൊഴിലിൽ ഏർപ്പെടാത്തവരായി ആരെയും ഇവിടെ കാണുകയില്ല, എല്ലാവരും തിരക്കിലാണ്. വിനോദ സഞ്ചാരികൾക്കുള്ള ഗൈഡ് തൊട്ടു വിയറ്റ്നാം പാളത്തൊപ്പി വില്പനവരെ അവർ ചെയ്യും. ആര് ഏതു തൊഴിൽ ചെയ്യണമെന്ന നിഷ്കർഷയില്ല, അതുകൊണ്ടുതന്നെ മാന്യമായ ഏതു തൊഴിലിനും വിയറ്റ്നാമുകാർ തയ്യാറാണ്, സമയ ക്ലിപ്തതയില്ലാതെ പുഞ്ചിരിച്ചുകൊണ്ട് അവർ തൊഴിൽ ചെയ്തുകൊണ്ടിരിക്കും.

ഞങ്ങൾ സഞ്ചരിച്ച ബെറ്റ് ട്രാങ് ഗ്രാമം വിയറ്റ്നാമിലെ ജനങ്ങളുടെ കഠിനാദ്ധ്വാന മനസ്സിന്റെ ഭൂമികയായി തോന്നി. ഒരു ഗ്രാമം നിറയെ കളിമൺ പത്രങ്ങൾ. എല്ലാവരും വീടുകളിലും പണിശാലകളിലുമായി വിവിധ തരം പാത്ര നിർമ്മാണത്തിലാണ്. സ്കൂളിൽ പഠിക്കുന്ന കുട്ടികൾ തൊട്ടു പ്രായമുള്ളവർവരെ. യുവാക്കൾ പുതിയ ശൈലിയിൽ കളിമൺ കരവിരുത് നിർമ്മാണത്തിന്റെ തിരക്കിലാണ്.

കലാമികവിലൂടെ ജീവിത വരുമാനം കണ്ടെത്തുന്ന കലാകാരന്മാരുടെ ഗ്രാമം. ഇവിടെയും തൊഴിലാണ് പ്രധാനം.

കൈവഴികളിലുടനീളം ചെറുതും വലുതുമായ വീടുകളും അവയോടു ചേർന്നുള്ള പണിശാലകളുമാണ്. മുറ്റങ്ങളിൽ നിറയെ കളിമൺ പാത്രങ്ങളാണ്. പണി പൂർത്തിയായതിനേക്കാൾ ഏറെ ഉള്ളത് പണി പാതിയാക്കിയത്. ദശാബ്ദങ്ങൾക്കു മുൻപ് തന്നെ ഈ ഗ്രാമം കളിമൺ പാത്ര നിർമ്മാണത്തിന് പ്രശസ്തമാണ്, സ്വദേശികൾ മാത്രമല്ല വിദേശികളും ബെറ്റ്

വിയറ്റ്നാമിലെ കൈത്തൊഴിൽ

ട്രാങ് ഗ്രാമത്തിലെ കളിമൺ വിസ്മയങ്ങളുടെ ആവശ്യക്കാരാണ്.

നൂറുകണക്കിനു വീടുകളിലും പണിശാലകളിലുമായി ആയിരക്കണക്കിന് ഗ്രാമീണർ തൊഴിൽ ചെയ്യുന്ന മേഖലയാണിത്. കൃഷിയിൽനിന്നും വ്യത്യസ്തമായി കലാപരമായ മേന്മ കൂടി ആവശ്യമായതിനാൽ കരവിരുത് മാനദണ്ഡമാണ്, ഗ്രാമത്തിലെ പല സ്ഥലങ്ങളിലായി ഞങ്ങൾ പൊയ്ക്കൊണ്ടിരുന്നു. എല്ലായിടത്തും തിരക്കിലാണ് എല്ലാരും. പുഴയ്ക്കരികെനിന്നും അസംസ്കൃത കളിമൺ സാധാരണ സൈക്കിളിലോ മോട്ടോർ സൈക്കിളിലോ ചാക്കുകളിലോ കൊണ്ടു വരുന്നവർ, അത് കൂട്ടിയിട്ടു പാകപ്പെടുത്തി, അച്ചിട്ട മൂശയിൽ വാർത്തെടുക്കുന്നവർ. അങ്ങനെ വിവിധതരം പണിയിൽ ഏർപ്പെട്ടവർ.

തരക്കേടില്ലാത്ത ഒരു പണിശാലയിൽ അകത്തു കയറിയപ്പോൾ തൊഴിൽ ചെയ്യുകയായിരുന്ന ഒരു കൂട്ടം യുവാക്കൾ ഞങ്ങളുടെ നേരെ ഓടി വന്നു പറഞ്ഞു: അകത്തേക്ക് കടക്കരുത്!!!..

വിയറ്റ്നാം യാത്രയ്ക്കിടയിൽ ഉണ്ടായ വ്യത്യസ്ത അനുഭവം.

''ഞങ്ങൾ ഇന്ത്യക്കാരാണ്, ടെലിവിഷൻ പ്രവർത്തകരാണ്'' എന്നൊക്കെ പറഞ്ഞുകൊണ്ടിരുന്നു, എന്നാൽ അതൊന്നും അവർ വകവെക്കുന്നില്ല.. ഒരു കാരണവശാലും അവിടെ കടക്കരുത് എന്ന പിടിവാശി.. ഒരു ഘട്ടത്തിൽ ഞാൻ പറഞ്ഞു: "ഞങ്ങൾ വിയറ്റ്നാമിനെ സ്നേഹിക്കുന്നവരാണ്, ശത്രുക്കളല്ല."

അധികം അവിടെ നില്ക്കാതെ തിരികെ പോകാൻ ഞങ്ങളോട് ആംഗ്യം കാണിച്ചു.

കരവിരുതിൽ അസാമാന്യ പ്രതിഭയുള്ള യുവാക്കളാണവർ, നഗരത്തിൽനിന്നും ചിത്രകല പഠിച്ചു വന്നവർ, കളിമൺ കരകൗശലത്തിൽ പുതിയ തലമുറയിൽ കടുത്ത മത്സരമുണ്ട്, മുൻകാലങ്ങളെപ്പോലെയല്ല.

ഇപ്പോൾ മാർക്കറ്റിൽ മികവിനാണ് മൂല്യം, അതുകൊണ്ട് കളിമൺ പാത്ര ങ്ങൾക്കു മുകളിൽ വരയ്ക്കുന്ന കലാരൂപങ്ങൾ മൗലികമാകണമെന്നും അത് മറ്റാരും കാണരുതെന്നും പുതിയ തലമുറ നിഷ്കർഷിക്കുന്നു.. ഇവ രാരെയും അങ്ങനെ അകത്തു പ്രവേശിപ്പിക്കാറില്ല,

ഞങ്ങൾക്ക് ചെറിയ പ്രയാസം തോന്നിയെങ്കിലും അവരുടെ ജീവിത വരുമാനത്തിന്റെ കാര്യമല്ലേ എന്ന് സ്വയം ആശ്വസിച്ചു.

എന്നാൽ ആ അവിടെ മാത്രമേ പുറമെനിന്നും വരുന്നവർക്കു പ്രവേ ശനം നിരോധിച്ചുള്ളൂ, മറ്റു മൺപാത്ര പണിശാലകളിൽ എല്ലാരും ഞങ്ങളെ സ്നേഹത്തോടെ സ്വീകരിച്ചു, എന്നിട്ട് അവർ ഓരോരുത്തരും തങ്ങളുടെ കരവിരുതിന്റെ അസുലഭത പറഞ്ഞു തന്നു. പത്തു വയസ്സു കാരൻ തൊട്ടു എൺപതു വയസ്സുള്ള വൃദ്ധകൾവരെ പണിശാലകളിൽ നിർമ്മാണ പ്രക്രിയയിൽ ഭാഗഭാക്കാവുന്നു, തൊഴിൽ സ്ഥലത്തിനടുത്തു ചേർന്നു തന്നെ വീടുണ്ട്, ഭക്ഷണം കഴിക്കാനോ വിശ്രമിക്കാനോ കുട്ടികൾ പഠിക്കാനോ മാത്രം വീടിനകത്തു പോകുന്നു, ബാക്കി സമയം പണിശാല കൾക്കുള്ളിൽ തന്നെ മുഴുവൻ കുടുംബവും, ആഹാരം നേരത്തെ ഉണ്ടാ ക്കിയശേഷമാണ് സ്ത്രീകൾ പണിക്കെത്തുന്നത്. വീടിനോടു ചേർന്ന് കെട്ടിയ ഷെഡ്ഡാണ് പണിശാല. പിഞ്ചുകുഞ്ഞുങ്ങളെ മടിയിൽ കിടത്തി പിഞ്ഞാണങ്ങൾക്കു മുകളിൽ ചിത്രം വരയ്ക്കുന്ന അമ്മമാരെയും കണ്ടു, മറ്റൊരിടത്തു കുറെ പെൺകുട്ടികൾ - സ്കൂൾ കോളേജ് വിദ്യാർ ത്ഥിനികൾ - അവർ ചെറിയ മൺപാത്രങ്ങളിൽ പൂക്കളും ശലഭങ്ങളും അവരുടെ മനസ്സിലെ കലാകൗതുകങ്ങളും വരയ്ക്കുകയാണ്. എന്ത് മനോ ഹരമാണ് ആ ചിത്രങ്ങൾ! പല നിറത്തിലുള്ള മഷിക്കുപ്പികളിൽനിന്നും ബ്രഷ് കൊണ്ട് ചിത്രകല. നടുവട്ടത്തായി കളിമൺ ദ്രാവക രൂപത്തിലാക്കി ഒരു മദ്ധ്യവയസ്കൻ അച്ചിട്ട മൂശയിൽ ഇരു കൈകളും താഴ്ത്തി രൂപ കല്പനയിലാണ്. ഈ മൂശ വേഗതയിൽ തിരിയുമ്പോൾ രണ്ടു കൈ കളിലെയും വിരലുകൾ കളിമണ്ണിനെ വിവിധ പാത്ര രൂപങ്ങളാക്കി മാറ്റുന്നു,, ഇവയെ തീക്കൂനയിലിട്ടു ഉണക്കിയ ശേഷമാണ് ചിത്രങ്ങൾ വരച്ചു വെക്കുന്നത്

കൊച്ചു കൗതുകങ്ങൾ തൊട്ടു ആറടി ഉയരമുള്ള ജാറുകളും മറ്റു അലങ്കാര വസ്തുക്കളുംവരെ ഗ്രാമത്തിലെ കുടിൽ വ്യവസായമാണ്. യഥാർത്ഥത്തിൽ ഇതൊരു ശില്പവൈദഗ്ദ്ധ്യം തന്നെയാണ്. കളിമണ്ണിൽ നിന്നും കലാരൂപങ്ങളെ സൃഷ്ടിച്ചെടുക്കുക എന്ന ക്രാഫ്റ്റ്. പമ്പരം കറ ങ്ങുന്ന കളിമണ്ണിൽ കൈകളിട്ടു വിരലുകൾകൊണ്ട് കലാപരമായി വള വുകൾ രൂപപ്പെടുത്തി താളലയത്തോടെ നിർമ്മിക്കുന്ന മൺപാത്ര കല,, ഒരാൾ ഒരു ദിവസം 50 തൊട്ടു നൂറെണ്ണംവരെ കളിമൺ പാത്രങ്ങൾ നിർമ്മി ക്കുന്നുണ്ട്. അതും ആകർഷകമായവ. ഗൃഹോപകരണങ്ങളും അലങ്കാര രൂപങ്ങളും മൃഗരൂപങ്ങളും പുരോഹിതരും രാജാക്കന്മാരും പണ്ഡിതന്മാരും തെരുവ് ഗായകരും ഓമനപ്പക്ഷികളും എല്ലാം കലാപരമായ കരവിരു തിലൂടെ നിർമ്മിക്കപ്പെടുന്നു. കളിമൺകൊണ്ടുള്ള കൗതുക രൂപങ്ങൾ.

വിയറ്റ്നാമിലെ കളിമൺപാത്ര നിർമ്മാണത്തിന് നൂറ്റാണ്ടുകളുടെ പഴക്കമുണ്ട്.

ആദിമ ഗോത്രജീവിതങ്ങളിൽ അനിവാര്യമായ നിത്യോപയോഗ ഉപാധികളായിരുന്നു കളിമൺ പാത്രങ്ങൾ. ഭക്ഷണം ഉണ്ടാക്കാനും അത് കഴിക്കാനുമുള്ള പാത്രങ്ങൾ സ്ത്രീകൾ ആഭരണത്തിനും പുരുഷന്മാർ മൃഗങ്ങളെ വേട്ടയാടാൻ ആയുധങ്ങൾക്കും എല്ലാം ഉപയോഗിച്ചിരുന്നു. ഇരുമ്പു ലോഹ ഉപയോഗത്തിന് മുൻപുള്ള കാലഘട്ടത്തിൽ. നല്ല തണുപ്പ് നല്കിയിരുന്ന കളിമൺ പാത്രങ്ങളിൽ പ്രതികൂല കാലാവസ്ഥയിലേക്കുള്ള ഭക്ഷണം സൂക്ഷിച്ചിരുന്നു. വനനിബിഡമായിരുന്ന വിയറ്റ്നാമിലെ ആദിമ ഗോത്രങ്ങൾക്കു ശിലായുധങ്ങളായിരുന്നു ജീവനോപാധി കണ്ടെത്താൻ സഹായിച്ചിരുന്നത്. വിയറ്റ്നാമിലെ വനഭാഗങ്ങൾ കാലക്രമേണ നശിപ്പിക്കപ്പെടുകയും വിപ്ലവാനന്തര വിയറ്റ്നാമിൽ നഗരവല്ക്കരണ പ്രവണത സ്വാഭാവികമായി കടന്നുവരികയും ചെയ്തതോടെ വനജീവിതത്തിൽനിന്നും ആദിമ ഗോത്രങ്ങൾ നഗരജീവിതത്തിലേക്കു കടന്നു വന്നു. എങ്കിലും തങ്ങളുടെ പ്രാക്തന ജീവിത സംസ്കാരത്തെ കൈവിടാൻ ആധുനിക വിയറ്റ്നാമുകാർ തയ്യാറായില്ല, അതാണ് ഗ്രാമങ്ങളിൽ ഇപ്പോഴും കളിമൺപാത്രങ്ങൾ വീടുകളിൽ ഇപ്പോഴും തുടരുന്നത്, മാത്രമല്ല കുടിൽ വ്യവസായമായും കൈത്തൊഴിലായും കളിമൺ പാത്ര നിർമ്മാണം നിലനിർത്തുന്നു,

വീടുകൾക്കു ചേർന്നുള്ള ഹാളിലാണ് മിക്ക ഗ്രാമങ്ങളിലും കളിമൺ കരകൗശലങ്ങൾ നിർമ്മിക്കുന്നത്, കളിമൺപാത്ര നിർമ്മിതിയിൽ കൗശലം കാണിക്കുന്നവരിൽ ഭൂരിപക്ഷവും സ്ത്രീകളാണ്. ഇതിനാവശ്യമായ അസംസ്കൃത വസ്തുക്കൾ പുരുഷന്മാർ ശേഖരിച്ചു എത്തിച്ചു കൊടുക്കുകയാണ് ചെയ്യുന്നത്. തൊട്ടടുത്ത പുഴക്കരയിൽ എത്തുന്ന കളിമൺ അവർ വീടുകളിലേക്ക് കൊണ്ടുപോവുന്നു. പഴയകാല നിർമ്മാണരീതി തന്നെയാണ് ഇപ്പോഴും കളിമൺ പാത്രനിർമ്മിതിക്ക് ഗ്രാമീണർ അവലംബിക്കുന്നത്. കളിമൺ കിട്ടിക്കഴിഞ്ഞാൽ അത് നാടൻ രീതിയിൽ വലിയ പാത്രത്തിൽ ഇടുന്നു. മണ്ണിനെ പശിമയാക്കി മാറ്റുന്ന രാസപദാർത്ഥം ഒഴിച്ച് ദ്രാവകരൂപത്തിലാക്കുന്നു. പിന്നെ അവയെ കരവിരുതിലൂടെ വിവിധ രൂപങ്ങളാക്കി മാറ്റുകയാണ്. സ്ത്രീകൾ ഈ തൊഴിലിൽ കാണിക്കുന്ന വേഗതയും കൗശലവും വിസ്മയകരമാണ്. മനസ്സിലിടുന്ന ആശയം കൈമിടുക്കിലൂടെ ആകർഷക രൂപകങ്ങളാക്കി മാറ്റുകയാണ് ചെയ്യുന്നത്. കേവലമൊരുപിടി മണ്ണിനെ പക്ഷികളായും പശു, നായ, സിംഹം, കടുവ, കാട്ടുപോത്ത് തുടങ്ങി സകല മനുഷ്യേതര ജീവികളായും അവ ഞൊടിയിടയിൽ രൂപാന്തരം പ്രാപിക്കുന്നു, നാടൻ പാട്ടുകാർ സംഗീതോപകരണങ്ങൾ തുടങ്ങി വൈവിദ്ധ്യമാർന്ന കലാരൂപങ്ങൾ കളിമണ്ണിലുടെ നിർമ്മിക്കുന്നു. ഇങ്ങനെ ലക്ഷക്കണക്കിന് ഉല്പന്നങ്ങളാണ് ഗ്രാമങ്ങളിൽ നിന്നും കയറ്റി അയക്കുന്നത്., ഇവ വിപുലമായി മാർക്കറ്റുകളിൽ വില്ക്കപ്പെടുന്നു. വലിയ മാർക്കറ്റുകളിൽ നിരനിരയായി വിവിധതരം ഷോപ്പു

കരകൗശല വില്പനശാലയിൽ

കൾ കാണാം. ആറും എട്ടും അടി ഉയരമുള്ള വിവിധ നിറങ്ങളിൽ ചിത്രങ്ങൾ ആലേഖനം ചെയ്ത് അലങ്കരിച്ച ഭീമാകാരമായ ഭരണികൾ പല വർണ്ണങ്ങളിലായി ഒരുക്കിവെച്ചിട്ടുണ്ട്. പലതിനും ആയിരക്കണക്കിന് ഡോളർ വിലമതിപ്പുണ്ട്. ആദിമ ഗോത്ര ജീവിതത്തിലെ കളിമൺ പാത്രങ്ങൾ ഇപ്പോൾ വലിയ വില്ലകളിലെയും ബംഗ്ലാവുകളിലെയും അലങ്കാര കൗതുകങ്ങളായി മാറിയിട്ടുണ്ട്, സ്വീകരണ മുറിക്കുള്ളിലെ രാജകീയ പ്രൗഢിയുള്ള വലിയ കൂജകളും ഭരണികളും മറ്റും ടൂറിസ്റ്റുകളായ യൂറോപ്യന്മാരും അറബ് വംശജരുമാണ് കൂടുതലായി അവരുടെ നാട്ടിലേക്ക് കൊണ്ടുപോകുന്നത്..

ആയിരക്കണക്കിന് ടൂറിസ്റ്റുകളാണ് എല്ലാ സീസണിലും കളിമൺ പാത്ര ചന്തയിൽ എത്തുന്നത്. കൂറ്റൻ ഭരണികൾക്കു പുറമെ പ്ലേറ്റുകളും ഗ്ലാസുകളും കൂജകളുമെല്ലാം മികച്ച രീതിയിൽ വിപണനം ചെയ്യുന്നുണ്ട്. ഡോളറിലാണ് വില്പന എന്നതിനാൽ അന്താരാഷ്ട്ര ടൂറിസ്റ്റുകൾക്ക് അത് എളുപ്പമാകുന്നു. ഓരോ കളിമൺ കരകൗശല വസ്തുവും അതാത് ഗ്രാമത്തിന്റെ പേരിലാണ് വില്ക്കുന്നത്, ബ്രാൻഡിങ് നെയിം. കൊയ്ത്തു കഴിഞ്ഞുള്ള സമയങ്ങളിൽ ഗ്രാമങ്ങളിൽ കുടുംബം മുഴുവൻ ഈ കുടിൽ വ്യവസായത്തിൽത്തന്നെയാണ്. കുട്ടികൾ സ്കൂൾ വിട്ടു കഴിഞ്ഞാൽ പിന്നെ പുറത്തു പോകുന്നില്ല.

മാറിക്കൊണ്ടിരിക്കുന്ന ലോക അഭിരുചിക്കനുസരിച്ചു കൊത്തു പണികളും ചിത്ര ആലേഖനവും ചെയ്തു വരുന്നു. ഈ തൊഴിലിൽ ആധുനികവല്ക്കരിക്കുന്നതിനുള്ള പരിശീലനം സർക്കാർ തലത്തിൽ നല്കിവരുന്നുണ്ട്. കരകൗശല മേഖലയിൽ മുന്നിട്ടു നില്ക്കുന്ന രാജ്യങ്ങളിൽ ചെന്ന് ഈ മേഖലയെക്കുറിച്ച് പഠനം നടത്തിയ വിദഗ്ദ്ധർ ഗ്രാമീ

ണർക്ക് കളിമൺ നിർമ്മാണവ്യവസായത്തിലെ നവ സാങ്കേതിക വിദ്യ പഠിപ്പിച്ചു കൊടുക്കുന്നു. വ്യാപകവും വിപുലവുമായ വിപണനത്തിന് ഗവൺമെന്റ് നിർല്ലോഭം സഹായിക്കുന്നു. കളിമൺ കുടിൽവ്യവസായ പ്രോത്സാഹനത്തിനായി വടക്കൻ വിയറ്റ്നാമിൽ ആയിരത്തി അഞ്ഞൂറ് ഹാൻഡി ക്രാഫ്റ്റ്സ് വില്ലേജുകൾ ഗവൺമെന്റ് തുടങ്ങിയിട്ടുണ്ട്, അത് വിപുലപ്പെടുത്താനുള്ള ബൃഹത്തായ പദ്ധതികളും നടപ്പിലാക്കിക്കൊണ്ടിരിക്കുന്നു. വിനോദ സഞ്ചാര സൗഹൃദ രാജ്യമായി അന്താരാഷ്ട്ര നിലയിൽ ഇതിനകം പേരെടുത്ത വിയറ്റ്നാമിൽ എത്തുന്ന ടൂറിസ്റ്റുകൾക്ക് കളിമൺ കരകൗശലങ്ങളുടെ പണിശാലകൾ കാണാനും അവ വാങ്ങി നാട്ടിലേക്ക് കൊണ്ടുപോകാനുമുള്ള സൗകര്യങ്ങളും ചെയ്യുന്നുണ്ട്. തങ്ങളുടെ ഉല്പന്നങ്ങൾ ലോകത്തിലെ വിവിധ രാജ്യങ്ങളിൽ വിറ്റഴിക്കപ്പെടുന്നതിന്റെ നേട്ടം ഗ്രാമീണർക്ക് ലഭിക്കുന്നതുകൊണ്ട് കാർഷിക മേഖല പോലെ തന്നെ ആദായകരമാണ് കളിമൺപാത്ര നിർമ്മാണത്തൊഴിലും.

കരകൗശല മേഖലയിൽ തൊഴിലാളികൾ തമ്മിലോ വിപണന കേന്ദ്രങ്ങളിലോ ഉണ്ടായേക്കാവുന്ന അനാരോഗ്യകരമായ മത്സരവും വില നിർണ്ണയത്തിലെ അസമത്വവും ഇല്ലാതാക്കാൻ പ്രാദേശിക ഭരണ തലത്തിൽ ഉദ്യോഗസ്ഥർ ശക്തമായ ഇടപെടലുകൾ നടത്തുന്നുണ്ട്. വിദേശ ടൂറിസ്റ്റുകൾക്കുള്ള വിപണനത്തിൽ ക്രമക്കേട് ഇല്ലാതാക്കാനുള്ള പദ്ധതികളുമുണ്ട്. വില നിർണ്ണയവും വിലപേശലുമാകാം. പക്ഷേ, അതൊക്കെ മോണിറ്റർ ചെയ്യാനുള്ള സംവിധാനവുമുണ്ട്, ഗവൺമെന്റിന്റെ പ്രത്യക്ഷമായ ഇടപെടലുകൾ വിയറ്റ്നാമിൽ എവിടെയും കാണില്ല. പൊലീസുകാർപോലും വലിയ സാന്നിദ്ധ്യമില്ലാതെയാണ് പ്രവർത്തിക്കുന്നത്. ക്രമസമാധാന പാലനം എന്നത് ജനങ്ങൾക്കു തന്നെ ബോദ്ധ്യമുള്ള കാര്യമായതിനാൽ നിയമം അനുസരിച്ചുള്ള ജീവിത നിലപാടാണ് പൊതുവെ കാണുന്നത്. അത് കളിമൺപാത്ര നിർമ്മാണമേഖലയിൽ വ്യക്തവുമാണ്. ടൂറിസ്റ്റുകൾക്ക് ഏതെങ്കിലും ഷോപ്പിൽ വില നിർണ്ണയത്തിൽ അപാകത കാണുകയാണെങ്കിൽ അത് സൂചിപ്പിച്ചു കഴിഞ്ഞാൽ തൊട്ടടുത്ത ഷോപ്പുകാരൻ അതിലിടപെട്ട് ന്യായമായ വിലയ്ക്ക് ലഭ്യമാക്കാനുള്ള സംവിധാനം ചെയ്തു തരും. അതിനു നിയമപാലകരുടെ ഇടപെടൽ ആവശ്യമില്ല, ജനങ്ങൾ സ്വയം നിയമപാലകരായി മാറുന്ന സാമൂഹിക അവസ്ഥ.

കളിമൺ പാത്രങ്ങൾ കഴിഞ്ഞാൽ പിന്നെ വിയറ്റ്നാമിലെത്തുന്ന ടൂറിസ്റ്റുകളെ ആകർഷിക്കുന്നത് സിൽക്ക് തുണിത്തരങ്ങളും തൊപ്പിയടക്കമുള്ള പരമ്പരാഗത നാടൻ വേഷങ്ങളുമാണ്.

അഞ്ച്

യാത്ര പുറപ്പെടും മുൻപ് സ്വയം ചോദിച്ചു: "എന്തിനാണ് ഈ യാത്ര?"

ഓരോ യാത്രയ്ക്ക് മുൻപും പിന്നീട് യാത്ര കഴിഞ്ഞെത്തുമ്പോഴും ഈ ചോദ്യം തനിയേ മനസ്സിൽനിന്നും ഉയർന്നു വരാറുണ്ട്.

നാട് കാണാൻ എന്നത് ലാഘവത്തോടെയുള്ള മറുപടി.. കാരണം ലോകം ഇപ്പോൾ വിരൽത്തുമ്പിൽ കാണാൻ കഴിയും, ആധുനിക സാങ്കേതിക വളർച്ച കാരണം.

പിന്നെയോ?

അവിടെയാണ് കാലം, ചരിത്രം, രാഷ്ട്രീയം, സാംസ്കാരികം. ഇങ്ങനെ പലതും കൂടിനില്ക്കുന്നത്.

വിയറ്റ്നാമിലേക്കുള്ള യാത്ര രാഷ്ട്രീയമായ ഒരു അന്വേഷണ പ്രയാണമാണ്..

അതുകൊണ്ടുതന്നെ യാത്രയുടെ ഉദ്ദേശ്യം അടിസ്ഥാനമാക്കിയാണ് കാഴ്ചകളിലേക്കും എത്തിയത്.

അവിടെ നേരിട്ടനുഭവിച്ച യാഥാർത്ഥ്യങ്ങൾ.

ഒരു കമ്യൂണിസ്റ്റ് രാജ്യമാണ് വിയറ്റ്നാം എന്നത് വലിയ അംഗീകാരമായിട്ടാണ് ജനങ്ങൾ വിലയിരുത്തുന്നത്. മുൻ കമ്യൂണിസ്റ്റ് രാജ്യങ്ങളിലെ മാറ്റം അവർക്കൊരു വിഷയമല്ല. അതതു രാജ്യങ്ങളിൽ അവിടത്തെ ജനങ്ങൾക്ക് അങ്ങനെ മതിയെങ്കിൽ അങ്ങനെയാവട്ടെ എന്ന സമീപനം,. സോഷ്യലിസ്റ്റ് ആശയത്തിൽ അടിയുറച്ചുനിന്നുകൊണ്ട് രാജ്യം എങ്ങനെ വികസിപ്പിക്കാം എന്നത് മാത്രമാണ് ജനങ്ങളുടെ ചിന്തയെന്നു വിയറ്റ്നാമിലെത്തുന്ന ഏതൊരു ടൂറിസ്റ്റിനും ബോദ്ധ്യമാകും. അതിനായുള്ള പ്രയത്നവും ആവേശവുമാണ് എവിടെയും.

രാജ്യത്തിന്റെ സാമ്പത്തിക വളർച്ചയുടെ കാര്യത്തിൽ ഏഷ്യയിലെ ഏറ്റവും വേഗതയിൽ മുന്നേറുന്ന രാജ്യമായി വിയറ്റ്നാം മാറിക്കൊണ്ടിരിക്കുന്നു. അവശ്യ മേഖലയിലെ തൊഴിലാളികളുടെ ലഭ്യതയും ലോക വാണിജ്യ സംഘടനയിലെ പങ്കാളിത്തവും കൃഷി, കൈത്തൊഴിൽ, കരകൗശല മേഖലകൾ തുടങ്ങി ആഭ്യന്തര ഉല്പന്നങ്ങൾക്ക് വിദേശ വിപണി കണ്ടെത്തുന്നതിലെ ഔത്സുകതയും വിയറ്റ്നാമിന്റെ വളർച്ചയിലെ പ്രധാന ഘടകങ്ങളാണ്. ആഗോള സാമ്പത്തിക അവലോകന പ്രകാരം, 2020 ആവുമ്പോഴേക്കും വിയറ്റ്നാം വികസിത രാജ്യങ്ങൾക്കൊപ്പം എത്തിയേക്കും.

ഒട്ടേറെ ഗുരുതരമായ പ്രതിസന്ധികളെ വിയറ്റ്നാം ജനത നേരിട്ടിട്ടുണ്ട്. വടക്ക് തെക്കു വിയറ്റ്നാമുകൾ ഏകീകരിച്ചതു 1975 ലാണ്. വടക്കൻ വിയറ്റ്നാം ഹോചിമിന്റെ നേതൃത്വത്തിൽ സ്വാതന്ത്ര്യം പ്രാപിച്ചുവെങ്കിലും പിന്നെയും കഴിഞ്ഞാണ് തെക്കേ വിയറ്റ്നാമിനെ മോചിപ്പിച്ചു ഏകീകരണം നടന്നത്, മൂന്നു ദശാബ്ദം നീണ്ടുനിന്ന കഠിനമായ പോരാട്ടം, അമേരിക്കയുടെ പിന്തുണ ഉണ്ടായിരുന്ന തെക്കൻ വിയറ്റ്നാമിനെ മോചിപ്പിച്ചു ഏകീകരണം യാഥാർത്ഥ്യമാക്കി. വിയറ്റ്നാമിലേക്കുള്ള അമേരിക്കൻ അധിനിവേശത്തിനു പിന്നിലെ രാഷ്ട്രീയ ഗൂഢാലോചന പില്ക്കാലത്തു പുറത്തു വന്നിരുന്നു. വിയറ്റ്നാം ഒരു കമ്യൂണിസ്റ്റ് രാജ്യമാകുന്നത് തടയാനും ഫ്രഞ്ച് അധിനിവേശത്തിൽനിന്നും പിടിച്ചുമാറ്റി ആ രാജ്യത്തെ ഒരു അമേരിക്കൻ കോളനിയാക്കാനുമുള്ള സി ഐ എയുടെ ആസൂത്രണം. എന്നാൽ ദശാബ്ദങ്ങൾ നീണ്ട യുദ്ധം ഈ ഗൂഢാലോചനയെ തകർത്ത് ലോക രാജ്യങ്ങളിൽ ഏറ്റവും ശ്രദ്ധേയമായ സ്വതന്ത്ര രാജ്യമായി ഉയരുകയാണുണ്ടായത്.

പ്രസിഡന്റും പ്രധാനമന്ത്രിയുമാണ് രാജ്യത്തിന്റെ ഭരണം നിയന്ത്രിക്കുന്നത്. പ്രസിഡന്റിനാണ് കൂടുതൽ അധികാരം. എന്നാൽ സംയുക്തമായാണ് തീരുമാനമെടുക്കുന്നത്. കമ്യൂണിസ്റ്റ് പാർട്ടി ജനറൽ സെക്രട്ടറിക്ക് ഭരണത്തിൽ നിയന്ത്രണമില്ലെങ്കിലും നയപരമായ കാര്യങ്ങളിൽ കൂടിയാലോചനയിൽ നിർണ്ണായക പങ്കാളിത്തമുണ്ട്. കമ്യൂണിസ്റ്റ് പാർട്ടിയുടെ ഏറ്റവും ഉന്നത ബോഡി ആയ പോളിറ്റ് ബ്യൂറോ അംഗങ്ങളാണ് പ്രസിഡന്റും പ്രധാന മന്ത്രിയും. വിയറ്റ്നാമിൽ 19 അംഗ പോളിറ്റ് ബ്യൂറോ ആണുള്ളത്. സാമ്പത്തിക പരിഷ്കാരത്തെയും മാറുന്ന ലോക ക്രമത്തിലെ നവ പങ്കാളിത്തത്തെയും ആധുനിക വിയറ്റ്നാം തള്ളിക്കളയുന്നില്ല. ഇതിന്റെ അടിസ്ഥാനത്തിൽ വൈവിദ്ധ്യവല്ക്കരണവും ലോക രാജ്യങ്ങളുമായുള്ള വാണിജ്യ ഉടമ്പടികളും തുടരുന്നുണ്ട്. സ്വാതന്ത്ര്യാനന്തര വിയറ്റ്നാം സന്ദർശിച്ച ആദ്യത്തെ അമേരിക്കൻ പ്രസിഡന്റ് ബരാക് ഒബാമ, രാജ്യത്തിന്റെ ത്വരിതഗതിയിലെ വ്യാവസായിക വികസനത്തിന് അമേരിക്കയുടെ എല്ലാ പിന്തുണയും വാഗ്ദാനം ചെയ്തു. തെക്കു കിഴക്കൻ ഏഷ്യൻ രാജ്യങ്ങളിലെ ഭരണത്തലവന്മാരുടെ സമ്മേളനത്തിൽ സംബന്ധിക്കാനെത്തിയ അന്നത്തെ അമേരിക്കൻ പ്രസിഡന്റ് ഒബാമയെ

വിയറ്റ്നാമിന്റെ അന്നത്തെ പ്രധാനമന്ത്രി ന്യൂയെൻ ടാൻ ഡോങ് ക്ഷണിക്കുകയായിരുന്നു. ഒരു അമേരിക്കൻ പ്രസിഡന്റിന്റെ വിയറ്റ്നാം സന്ദർശനം ചരിത്ര പ്രാധാന്യമുള്ളതായി മാറി, ഐതിഹാസികമായ രാഷ്ട്രീയ പുരാവൃത്തത്തിലെ ഐതിഹാസികമായ അനുബന്ധ കാണ്ഡം.

രാജ്യത്തിന്റെ ഏകോപനവും സുസ്ഥിരതയും ജനങ്ങളുടെ സുരക്ഷിതത്വവും ജനകീയ സ്വാതന്ത്ര്യവും കാത്തു സൂക്ഷിക്കുന്നതിന്റെ പ്രധാന ഉത്തരവാദിത്വം പ്രസിഡന്റിലാണ് നിക്ഷിപ്തമാക്കിയിട്ടുള്ളത്, ഏക കക്ഷി ഭരണത്തിൽ പ്രസിഡന്റ്, വൈസ് പ്രസിഡന്റ്, പ്രധാന മന്ത്രി എന്നിവരെ ദേശീയ അസംബ്ലിയുടെ അംഗീകാരത്തോടെയാണ് നിയമിക്കുന്നത്, അഞ്ചു വർഷമാണ് ഓരോ ഗവൺമെന്റിന്റെയും ഭരണ കാലാവധി. പ്രസിഡന്റിനും വൈസ് പ്രസിഡന്റിനും പ്രധാനമന്ത്രിക്കും മൂന്നു തവണ മാത്രമേ അധികാരത്തിൽ തുടരാൻ അവസരം ലഭിക്കുകയുള്ളൂ. ആരോഗ്യ പ്രശ്നം കാരണമായോ മറ്റേതെങ്കിലും അസൗകര്യമുണ്ടായാലോ പ്രസിഡന്റ് മാറിയാൽ വൈസ് പ്രസിഡന്റ് ആ ഉത്തരവാദിത്വം ഏറ്റെടുക്കും. ആരോഗ്യം വീണ്ടെടുത്ത് മുൻ പ്രസിഡന്റ് തിരിച്ചു എത്തുന്നത് വരെയോ അല്ലെങ്കിൽ പുതിയ പ്രസിഡന്റിനെ തിരഞ്ഞെടുക്കുന്നത് വരെയോ വൈസ് പ്രസിഡന്റിനു പ്രസിഡന്റ് സ്ഥാനം തുടരാവുന്നതാണ്. സോഷ്യലിസ്റ്റ് വിയറ്റ്നാമിന്റെ ഭരണ നിർവ്വഹണത്തിൽ കമ്യൂണിസ്റ്റ് പാർട്ടിയുടെ സ്ഥാനം പ്രധാനം തന്നെ. വിപ്ലവാനന്തര വിയറ്റ്നാമിന്റെ ആദ്യ പ്രസിഡന്റ് ആയിരുന്ന ഹോചിമിൻ കമ്യൂണിസ്റ്റ് പാർട്ടി ചെയർമാനും പാർട്ടിയുടെ ആദ്യത്തെ ചെയർമാനും പോളിറ്റ് ബ്യൂറോ അംഗവുമായിരുന്നു.. രാജ്യത്തിന്റെ അതിപ്രാധാന്യമുള്ള രാഷ്ട്രീയ കാര്യങ്ങളിൽ തീരുമാനമെടുക്കുന്ന ഉന്നത ബോഡി.

പ്രസിഡന്റിനെ തിരഞ്ഞെടുത്തു നിയമിക്കുന്നതും വേണ്ടി വന്നാൽ ഒഴിവാക്കുന്നതും ദേശിയ അസംബ്ലിയാണ്. 1959 ലെ ഭരണഘടനാ പ്രകാരം പ്രസിഡന്റിനെയും പ്രധാനമന്ത്രിയെയും മാത്രമല്ല മന്ത്രിമാരെയും നിയമിക്കാനുള്ള അധികാരം ദേശിയ അസംബ്ലിക്കാണ്..

വിയറ്റ്നാമിന്റെ നവ സാമ്പത്തിക പരിഷ്കാര നടപടികൾക്ക് കമ്യൂണിസ്റ്റ് പാർട്ടിയും ദേശീയ അസംബ്ലിയുമാണ് അംഗീകാരം നല്കിയത്. തുടർന്ന് സ്വതന്ത്ര വാണിജ്യ കരാറിൽ ഒപ്പുവെക്കുകയും സാമ്പത്തിക സഹകരണ സംരംഭങ്ങളിൽ പങ്കാളിയാവുകയും ചെയ്തു. 2006 ൽ വേൾഡ് ട്രേഡ് ഓർഗനൈസേഷനിൽ അംഗമായി, ഇതോടെ രാജ്യത്തെ വിപണന മേഖലയിൽ അനുകൂലമായ സാഹചര്യമുണ്ടായി. ഇറക്കുമതി നികുതി കുറച്ചും പൊതുമേഖലയിലും സ്വകാര്യമേഖലയിലും ആഭ്യന്തര ഉല്പാദനം വർദ്ധിപ്പിച്ചുമുള്ള നടപടികൾക്ക് വേഗതകൂട്ടി. അതുപോലെ സർവ്വീസ് രംഗത്തു ഉദാരവല്ക്കരണം നടപ്പിലാക്കിയത് തൊഴിൽ അവസരങ്ങൾ സൃഷ്ടിക്കാൻ സഹായകരമായി. നിയന്ത്രണത്തോടെയുള്ള വിദേശ നിക്ഷേപ സൗഹൃദ അന്തരീക്ഷം സൃഷ്ടിച്ചു. പൊതു സ്വകാര്യ പങ്കാളിത്തത്തിനു (public private participation) ഊന്നൽ നല്കിക്കൊ

ണ്ടുള്ള സാമ്പത്തിക വ്യാവസായിക നയത്തിന് പ്രാധാന്യം നല്കുകയും ചെയ്തു. ഗവൺമെന്റിന്റെ സൂക്ഷ്മനിരീക്ഷണത്തിനു വിധേയമായ തൊഴിൽക്കരാറിൽ മാത്രമേ വിദേശ കമ്പനികളുമായി ധാരണാപത്രം ഒപ്പുവെക്കുകയുള്ളൂ എന്നത് മാറ്റി. ഇതിൽത്തന്നെ സ്വദേശികൾക്കുള്ള തൊഴിൽ അവസരങ്ങൾ നിർബ്ബന്ധമാക്കി. വിദേശത്തുനിന്നുള്ള സാധാരണ തൊഴിലാളികൾക്കു പകരം തൊഴിൽ വിദഗ്ദ്ധർക്കാണ് സ്ഥിര വിസ നല്കുക. അവരെ വിദഗ്ദ്ധ തൊഴിലാളികൾ എന്ന കാറ്റഗറിയിലാക്കി പരിമിതപ്പെടുത്തി, വിദേശ കമ്പനികളിൽ പ്രവർത്തിക്കുന്ന സ്വദേശി തൊഴിലാളികൾക്കു തൊഴിൽപരമായ വൈദഗ്ദ്ധ്യം ലഭ്യമാക്കാനുള്ള അവസരവും ഒരുക്കി. (ക്രമേണ ഇത്തരം ബഹുരാഷ്ട്ര കമ്പനികളിൽ സ്വദേശവല്ക്കരണം നടപ്പിലാക്കാമെന്നത് ലക്ഷ്യം വെച്ചുകൊണ്ടുള്ള ഗവൺമെന്റ് നടപടിയാണിത്)

വിയറ്റ്നാമിന്റെ ഇന്നത്തെ വിസ്മയകരമായ സാമ്പത്തിക വളർച്ചയ്ക്ക് ദീർഘ വീക്ഷണത്തിലുള്ള ആസൂത്രണ മികവാണ് സഹായകരമായത്. സോഷ്യലിസ്റ്റ് ആശയസംഹിതയിൽ അടിയുറച്ചു നിന്നുകൊണ്ട്, അതിന്റെ ഗുണകരമായ വശം ജനകീയമാക്കി. കാരണം. യുദ്ധാനന്തര വിയറ്റ്നാം സാമ്പത്തികമായി ഛിന്നഭിന്നമായിക്കഴിഞ്ഞിരുന്നു. രാജ്യത്തിന്റെ പ്രധാന വരുമാനസ്രോതസ്സായ കൃഷി വയലുകൾ അമേരിക്കൻ സൈന്യം നശിപ്പിച്ചു കഴിഞ്ഞിരുന്നുവല്ലോ. മാരകമായ ഈ രാസായുധം അനതിവിദൂര ഭാവിയിൽപ്പോലും കൃഷിചെയ്യാൻ കഴിയാത്തത്ര വിധം വിനാശം തീർത്തിരുന്നു. കുടിൽ വ്യവസായങ്ങൾ ഒന്നും ഇല്ലാതായി, നാല് ദശാബ്ദ കാലത്തെ വിവിധ സാമ്രാജ്യത്വ രാജ്യങ്ങളുടെ അധിനിവേശത്തിലൂടെ വിയറ്റ്നാം ആഭ്യന്തരമായി നശിപ്പിക്കപ്പെട്ടിരുന്നു, രാജ്യത്തിന്റെ സമ്പത്തുമായി ബാഹ്യശക്തികൾ നാടുവിട്ടു, ദശലക്ഷക്കണക്കിന് ആളുകൾ കൊല്ലപ്പെട്ടു, ലക്ഷക്കണക്കിന് ആളുകൾക്ക് വീടും ആശ്രയവുമില്ലാതായി. ബോംബാക്രമണത്തിൽ ഇരകളായി മരിച്ചു ജീവിക്കുന്ന കുറെ വികൃത മനുഷ്യ രൂപങ്ങൾ. അംഗഭംഗം സംഭവിച്ച യുദ്ധത്തിന്റെ ക്രൂരതയുടെ ഇരകൾ വേറെയും. രണ്ടു വിയറ്റ്നാമുകളും ഒന്നിച്ചപ്പോൾ വിയറ്റ്നാമിന്റെ രക്ഷകനായ ഹോചിമിൻ കാലയവനികയ്ക്കുള്ളിൽ കടന്നുപോയി. ഇങ്ങനെയുള്ള വിയറ്റ്നാമിനെ പുനരുജ്ജീവിപ്പിക്കുക അത്ര എളുപ്പമായിരുന്നില്ല. കമ്യൂണിസ്റ്റ് രാജ്യമായിത്തന്നെ തുടരുമെന്ന ഹോചിമിന്റെ സ്വാതന്ത്ര്യാനന്തര പ്രഖ്യാപനം വിയറ്റ്നാമിന് നേരെയുള്ള അമേരിക്കയുടെയും സഖ്യ കക്ഷികളുടെയും വിദ്വേഷം വീണ്ടും ഇരട്ടിപ്പിച്ചു. എങ്ങനെയെങ്കിലും സാമ്പത്തികമായി വിയറ്റ്നാമിനെ തകർക്കുകതന്നെ വേണമെന്ന് പാശ്ചാത്യ ശക്തികൾ തീരുമാനിച്ചു. സോവിയറ്റു യൂണിയന്റെ തകർച്ച കമ്യൂണിസ്റ്റ് രാജ്യമായ വിയറ്റ്നാമിനെ ഒറ്റപ്പെടുത്തി സാമ്പത്തികമായി നശിപ്പിക്കാനുള്ള അവസരമായും അവർ കരുതി.

ഈയൊരു പ്രതികൂല സാമ്പത്തിക രാഷ്ട്രീയ സാഹചര്യത്തിൽ രാജ്യത്തെ എങ്ങനെ മുന്നോട്ടു നയിക്കാം എന്ന നിലനില്പിന്റെ പ്രശ്നം

ആധുനിക വ്യവസായശാല

ഉയർന്നു വന്നപ്പോൾ കമ്യൂണിസ്റ്റ് പാർട്ടിയുടെ രാഷ്ട്രീയ തീരുമാനം അടിസ്ഥാനമാക്കി ഗവൺമെന്റ് ജനകീയ ലിബറൽ പദ്ധതി പ്രഖ്യാപിച്ചു. ഇത് നേരത്തെ സൂചിപ്പിച്ച പോലെ ആഗോള കയറ്റുമതി നയത്തിലും ആഭ്യന്തര വ്യാവസായിക നിക്ഷേപ തലത്തിലും പ്രായോഗികമാക്കി.

പിന്നീട് ലോകം കണ്ടത് വിസ്മയകരമായ സാമ്പത്തിക വളർച്ചയുള്ള വിയറ്റ്നാമിനെയാണ്.

ഏഷ്യയിലെ ഏറ്റവും വേഗതയിൽ സാമ്പത്തിക വികാസം നേടുന്ന രാജ്യം. തൊഴിൽ മേഖലയിലെ മാനവവിഭവശേഷി ലഭ്യത, ലോകവാണിജ്യ സംഘടനയിലെ പങ്കാളിത്തം, വിദേശ വിപണിയിലെ സജീവ സാന്നിദ്ധ്യം ഒപ്പം ജനകീയ രാഷ്ട്രീയ നയതന്ത്ര നിലപാടും, അതോടെ യൂറോപ്പിലേതടക്കം ബഹുരാഷ്ട്ര ഇലക്ട്രോണിക് കമ്പനികളും നിരവധി ആഗോള വ്യാപാര വാണിജ്യ സ്ഥാപനങ്ങളും വിയറ്റ്നാമിൽ നിർമ്മാണ കേന്ദ്രങ്ങൾ ആരംഭിച്ചു.

വിയറ്റ്നാമിലെ വിദേശ നിക്ഷേപത്തിലെ വ്യാപാര സൗഹൃദ അന്തരീക്ഷം എത്രത്തോളം ജനകീയമാണ് എന്നതിന്റെ ഉദാഹരണം ഞങ്ങൾ പല മൾട്ടി നാഷണൽ കമ്പനികളിലും കാണുകയുണ്ടായി, മറ്റേതൊരു അവികസിത വികസ്വര രാജ്യവും മാതൃകയാക്കേണ്ടുന്ന ജനപക്ഷ ആസൂത്രണമാണിത്. 2016 ൽ ഗവൺമെന്റ് പാസാക്കിയ രണ്ടു തൊഴിൽ നിയമം തന്നെ നോക്കാം. വിദേശ തൊഴിലാളികൾക്കുള്ള തൊഴിൽ അനുവാദം (work permit) സംബന്ധിച്ച നിയമപ്രകാരം വിദേശത്തുനിന്നുള്ള കമ്പനി മാനേജർ എക്സിക്യൂട്ടീവ് തസ്തികകൾ, സാങ്കേതിക വിദഗ്ദ്ധർ എന്നിവർക്കു മാത്രമേ വർക്ക് പെർമിറ്റ് നല്കുകയുള്ളൂ., അവിദഗ്ദ്ധ തൊഴിലാളികൾക്കു ലഭിക്കില്ല, രാജ്യത്തു തൊഴിലില്ലായ്മ വരാതിരിക്കാനുള്ള മുൻകരുതലാണിത്, നിയമപരമായ ഈ നിബന്ധന പാലിച്ചില്ലെങ്കിൽ വിദേ

ശത്തു നിന്നുമെത്തുന്ന അവിദഗ്ദ്ധ തൊഴിലാളികളെ (ഒരു തൊഴിലിലും വൈദഗ്ദ്ധ്യം നേടാത്ത വിദേശ തൊഴിലാളികളെ) രാജ്യത്തുനിന്നും കയറ്റി അയക്കും, കമ്പനിക്കു പിഴയും ചുമത്തും, ഏതു മേഖലയിലെയും വിദഗ്ദ്ധ തൊഴിലാളികൾക്കു അക്കാദമിക് വിദ്യാഭ്യാസ യോഗ്യത ആവശ്യമാണെന്ന് നേരത്തെ നിയമം ഉണ്ടായിരുന്നത് ഇപ്പോൾ റദ്ദാക്കി. സാങ്കേതികവും ഭരണപരമായ വൈദഗ്ദ്ധ്യവുമുണ്ടെങ്കിൽ മാത്രമേ പുതിയ തൊഴിൽ നിയമ പ്രകാരം വിദേശ തൊഴിലാളികൾക്കു വിയറ്റ്നാമിൽ ജോലി ചെയ്യാനുള്ള അനുവാദം ലഭിക്കുകയുള്ളൂ. വിദഗ്ദ്ധ തൊഴിലാളി എന്ന് വിദേശ കമ്പനികളിൽനിന്നുമുള്ള സർട്ടിഫിക്കറ്റ് ആവശ്യവുമാണ്. പ്രൊവിഷണൽ പീപ്പിൾ കമ്മിറ്റിയാണ് ഇത് പരിശോധിക്കുന്നത്. രാജ്യത്തിന്റെ സാമ്പത്തിക സ്ഥിതി വികസിപ്പിക്കാനുള്ള രാഷ്ട്രീയ തീരുമാനത്തിന്റെ അടിസ്ഥാനത്തിലാണ് ഈ നടപടി.

സാമ്പത്തിക മേഖലയിൽ വിദേശ നിക്ഷേപത്തിന് സഹായകരമായ പശ്ചാത്തല സൗകര്യം സർക്കാർ ഒരുക്കിയിട്ടുണ്ട്. ഇതിനായി നിക്ഷേപ സൗഹൃദ മേഖലകൾ സൃഷ്ടിച്ചിട്ടുണ്ട്, 2014 ലാണ് നിക്ഷപ സൗഹൃദത്തിന്റെ വാതിൽ തുറന്നു കൊടുത്തത്. രാജ്യത്തു വിദേശ സ്ഥാപനങ്ങൾക്കുള്ള ഒദ്യോഗിക തടസ്സങ്ങൾ എന്തെല്ലാമാണ്, അത് എളുപ്പത്തിൽ എങ്ങനെ പരിഹരിക്കാം എന്നൊക്കെയുള്ള കാര്യങ്ങൾക്കു വ്യക്തത വരുത്തിക്കൊണ്ടാണ് പുതിയ നിയമം പാസാക്കിയിട്ടുള്ളത്. വിയറ്റ്നാമിൽ ചില നിബന്ധനയോടെ മാത്രമേ വിദേശികൾക്ക് ബിസിനസ് ചെയ്യാൻ അനുവാദമുള്ളൂ. അവ ഇതൊക്കെയാണ്:

1. മയക്കുമരുന്ന് ഉപയോഗവും കടത്തും പാടില്ല.
2. രാസവസ്തുക്കളും ധാതുക്കളും നിർമ്മിക്കരുത്.
3. വംശനാശം സംഭവിച്ചുകൊണ്ടിരിക്കുന്ന ജീവികളെയോ അപൂർവ്വ സസ്യജാലങ്ങളെയോ കടത്താൻ പാടില്ല.
4. വ്യഭിചാര നിരോധിത രാജ്യമാണ്. അതുകൊണ്ടുതന്നെ പരസ്യമായോ രഹസ്യമായോ വ്യഭിചാരം പാടില്ല. വ്യഭിചാര കേന്ദ്രങ്ങൾ പ്രവർത്തിച്ചാൽ കർശന നടപടി നേരിടേണ്ടി വരും, കടുത്ത ജയിൽ ശിക്ഷയും രാജ്യത്തിൽനിന്നും കയറ്റി അയക്കുകയും ചെയ്യും.
5. മനുഷ്യ കടത്തും കോശങ്ങളും (cells) മറ്റും കടത്തുന്നത് ശിക്ഷാർഹമാണ്.
6. ക്ലോണിങ് പാടില്ല.
7. പടക്കങ്ങളുടെ ബിസിനസും നിരോധിച്ചിട്ടുണ്ട്

സ്വതന്ത്രമായി വിദേശികൾക്ക് ബിസിനസ് ചെയ്യാനുള്ള എല്ലാ സൗകര്യവും ചെയ്യുമ്പോൾ തന്നെ ജനങ്ങൾക്കും രാജ്യത്തിനും ഹാനികരമല്ലാത്ത സാഹചര്യവും രാജ്യസുരക്ഷയും ഉറപ്പുവരുത്തുന്നു. ഒരു സോഷ്യലിസ്റ്റ് രാജ്യമായതുകൊണ്ട് തന്നെ വിദേശ ബിസിനസ് മേഖലയിലെ നിർണ്ണായകമായ കാര്യങ്ങൾ എല്ലാം ഗവൺമെന്റ് പരിശോധിക്കുകയും ഫലപ്രദമായ നടപടികൾ സ്വീകരിക്കുകയും ചെയ്യുന്നു, ഒപ്പം കർശന നിയന്ത്രണങ്ങളും.

ആറ്

ജീവിതം തന്നെ വലിയ ഒരു യാത്രയാണെന്നു കരുതുമ്പോൾ രാജ്യങ്ങളിലേക്കുള്ള പ്രയാണങ്ങൾ ഹ്രസ്വമായ ഇടവേളകൾ മാത്രമായി മാറുന്നു.

ഓരോ രാജ്യവും മനസ്സിൽ നില്ക്കുന്നത് ജീവിതസ്പർശിയായി ആ യാത്രകൾ മാറുമ്പോഴാണ്.

വിയറ്റ്നാമിന്റെ നഗര ഗ്രാമങ്ങളിലൂടെ സഞ്ചരിക്കുമ്പോൾ ബോദ്ധ്യമാകുന്ന യാഥാർത്ഥ്യമിതാണ്; സമ്മിശ്ര സാംസ്കാരിക സാമൂഹിക ബോധത്തിൽ അധിഷ്ഠിതമാണ് സമകാലിക വിയറ്റ്നാം ജീവിതമെന്നത്. രാജ്യത്തിന്റെ തനത് സാംസ്കാരിക സാമൂഹിക പൈതൃകത്തിനു മൂല്യശോഷണം സംഭവിച്ചിട്ടുണ്ട്. അതിനു വിയറ്റ്നാം ജനതയെ മാത്രം കുറ്റപ്പെടുത്താൻ കഴിയുകയില്ല. നൂറ്റാണ്ടുകളായി വിവിധ സാമ്രാജ്യത്വങ്ങളുടെ അടിമത്ത ആധിപത്യത്തിൻകീഴിലായിരുന്നല്ലോ ജനങ്ങളും രാജ്യവും. ഏതെല്ലാം അധിനിവേശങ്ങൾ, കീഴ്പ്പെടുത്തലുകൾ, ആക്രമണങ്ങൾ. രാജ്യത്തിന്റെ സമ്പത്തു മാത്രമല്ല തനത് സാംസ്കാരിക സ്രോതസ്സും ആക്രമിക്കപ്പെട്ടു, നിശ്ശേഷം ഇല്ലാതായി എന്ന് പറയാനാവില്ലെങ്കിലും.

മത വിശ്വാസപ്രമാണങ്ങൾ തന്നെ നോക്കുക. വിയറ്റ്നാമിന്റെ അടിസ്ഥാന വിശ്വാസം നാസ്തികതയാണ്, നിയതമായ മത വിശ്വാസത്തിൽ അധിഷ്ഠിതമല്ലാത്ത നിരീശ്വരവാദം, ആദ്യഗോത്ര ജീവിതത്തിൽ പ്രകൃതിയെ ആദരിച്ചിരുന്നു. പ്രകൃതിയുമായി ബന്ധപ്പെട്ട, പുഴയും കടലും വനവും നക്ഷത്രങ്ങളും പക്ഷികളുമൊക്കെ, ആരാദ്ധ്യമായി. പില്ക്കാലത്തു ഗോത്രത്തലവന്മാരും പിന്നെ രാജാക്കന്മാരും ആധിപത്യമുണ്ടാക്കിയപ്പോൾ ചില വ്യാളീമുഖങ്ങളെ ആരാധിക്കാൻ തുടങ്ങി, അപ്പോഴൊന്നും നിയതമായ മത വിശ്വാസ ചട്ടക്കൂട് ഉണ്ടായിരുന്നില്ല,

വ്യവസ്ഥാപിത മത വിശ്വാസവുമുണ്ടായില്ല, ഏതെങ്കിലും ആഘോഷ വേളകളിൽ മാത്രമായി വിശ്വാസത്തെ പ്രതീകവല്ക്കരിക്കുകയും നിത്യ ജീവിതത്തിൽ യാഥാർത്ഥ്യങ്ങളുമായി മുന്നോട്ടുപോവുകയും ചെയ്യു കയായിരുന്നു, എന്നാൽ നൂറ്റാണ്ടുകൾ നീണ്ട സാമ്രാജ്യത്വ അടിമത്തവും രാജാക്കന്മാരുടെയും വിദേശ രാജ്യങ്ങളുടെയും ആധിപത്യവും കാരണം മതവിശ്വാസങ്ങൾ ജനങ്ങൾക്കിടയിൽ വ്യാപകമാവുകയായിരുന്നു. ചൈനീസ് ഭരണാധിപന്മാരാണ് ഇക്കാര്യത്തിൽ വിജയിച്ചത്, ചൈനയിൽ വ്യാപകമായ ബുദ്ധിസവും കൺഫ്യൂഷണിസവും താവോയിസവും വിയറ്റ് നാമിലും പ്രായോഗികമാക്കി. മനുഷ്യ നന്മയിലും പരസ്പര വിശ്വാസ ത്തിലും ആന്തരിക ശക്തിയിലും സാമൂഹിക ബോധത്തിലും അധിഷ്ഠി തമായ ഈ മൂന്നു മത വിശ്വാസങ്ങളും മൂന്നു തത്ത്വചിന്തകരെ അടി സ്ഥാനമായി ആവിർഭവിച്ചതിനാൽ വിയറ്റ്നാമിലെ സാധാരണക്കാർക്കിട യിൽ പൊതു സ്വീകാര്യത ലഭിക്കുകയും ചെയ്തു,

ചൈനീസ് ആധിപത്യത്തിനുശേഷം വിയറ്റ്നാം കീഴടക്കിയ ഫ്രാൻസ് അടക്കമുള്ള പാശ്ചാത്യ രാജ്യങ്ങൾ ക്രിസ്ത്യൻ മിഷണറിമാരെ ഇറക്കി മതപരിവർത്തനം നടത്തി, നിരന്തരമായ വിദേശ ആധിപത്യത്തിൽ മാറ്റപ്പെട്ടതോടെ രാജ്യത്തു മതപ്രചാരം വ്യാപകമായി. സൈനിക ആധി പത്യം ഉള്ളതിനാൽ മത വിശ്വാസത്തെ ജനങ്ങളിലേക്കു എത്തിക്കാൻ എളുപ്പവുമായിരുന്നു. പുറം രാജ്യങ്ങളുടെ ആക്രമണം കാരണം തകർന്നു തരിപ്പണമായ വിയറ്റ്നാമിലെ ജനങ്ങൾക്കു അപ്പോൾ ഭക്ഷണവും പാർപ്പിടവും അനിവാര്യതയായിരുന്നു. അത് നല്കുന്നവർ പറയുന്ന വിശ്വാസപ്രമാണങ്ങൾ ശിരസ്സാവഹിക്കുകയും ചെയ്തു. എന്നാൽ അത് അധിക കാലം നിലനിന്നില്ല, ഫ്രഞ്ചുകാർ എത്രതന്നെ ശ്രമിച്ചിട്ടും ബുദ്ധ കൺഫ്യൂഷണിസ് താവോ മതവിശ്വാസങ്ങളിൽനിന്നും വിയറ്റ്നാമിലെ ഭൂരിപക്ഷം ജനങ്ങളെ ക്രിസ്തീയൻ മതത്തിലേക്ക് പരിവർത്തനം ചെയ്യാൻ കഴിഞ്ഞില്ല.. അതേസമയം വിയറ്റ്നാമിലെ സാമൂഹ്യ സാംസ്കാരിക ജീവി തത്തിൽ വിദേശ രാജ്യങ്ങളുടെ കടന്നുകയറ്റം നിരീശ്വരവാദത്തിന്മേൽ മതവിശ്വാസത്തെ സ്ഥാപിക്കുന്നതിന് സഹായകരമാവുകയായിരുന്നു. സ്വത്വ ബോധവും സാത്വികതയും ആത്മചൈതന്യവും മരണാനന്തര ജീവിതവും വിയറ്റ്നാമിലെ പൊതു വിശ്വാസമായി മാറി. ബുദ്ധമതം നല് കിയ ദിശാബോധത്തെ അംഗീകരിക്കുന്ന പൊതു നിലപാട് ജീവിതത്തിൽ സ്വീകാര്യമാക്കി.

ബുദ്ധമതവും ഹിന്ദുമതവും വിയറ്റ്നാമിൽ ധാരാളം ആരാധനാ ലയങ്ങൾ ഉണ്ടാവാൻ കാരണമായി. അതിപ്പോൾ ടൂറിസത്തിന്റെ ഭാഗ വുമാണ്.

വിയറ്റ്നാമിലെത്തുന്ന സഞ്ചാരികൾക്കു കൗതുകം നല്കുന്ന പഗോ ഡകളും ക്ഷേത്രങ്ങളും ഏറെയുണ്ട്. ആരാധനയിൽ ബുദ്ധമതക്കാരുടെ പഗോഡയിലാണ് ആളുകൾ ഏറെയും. ശ്രീ ബുദ്ധന്റെ വിഗ്രഹം. ചുറ്റും പൂക്കളും പഴങ്ങളും നിവേദ്യങ്ങൾ. കണ്ണടച്ചു കൈകൂപ്പി ധ്യാനനിമഗ്

നരാവുന്ന സ്വദേശികളും വിദേശികളും. ഇപ്പോൾ ആഗോള തലത്തിൽ ബുദ്ധിസം പ്രശസ്തമായതിനാൽ ധാരാളം വിദേശികൾ പഗോഡയിൽ എത്തുന്നുണ്ട്. സ്ത്രീകളാണ് കൂടുതലും. പഗോഡയിൽ ഉള്ളതിനേക്കാൾ കൂടുതൽ വിഗ്രഹങ്ങൾ ക്ഷേത്രങ്ങളിലാണുള്ളത്. അവിടെ നിരവധി വിഗ്രഹങ്ങൾ കാണാം. രാജാക്കന്മാർ, അവരുടെ ചുറ്റുമുള്ള പണ്ഡിതന്മാർ, അനുചരക വൃന്ദം, ഇതൊക്കെ ക്ഷേത്രത്തിലെ വിഗ്രഹങ്ങളാണ്. ചെറുതും വലുതുമായ ഈ വിഗ്രഹങ്ങൾ നിരത്തിവെച്ചിട്ടുണ്ട്. ഏറ്റവും മുന്നിലായി നിവേദ്യം അർപ്പിക്കാനുള്ള സൗകര്യവും. രാജാക്കന്മാരെ സ്വർണ്ണലേപനം ചാർത്തിയ വിഗ്രഹങ്ങളാക്കിയിട്ടുണ്ട്, അതാണ് ഏറ്റവും വലുത്. പണ്ഡിതരും പൂജാരിമാരും താഴെ ഇരിക്കുന്നു. വിനോദ സഞ്ചാരികൾക്കു ഏതു ക്ഷേത്രത്തിലും പഗോഡയിലും ആർക്കും പ്രവേശിക്കാം. ഫോട്ടോകളെടുക്കാം, സ്ത്രീകൾക്കും കയറാം. പൂജാരിയോ പരികർമ്മിയോ ഇല്ലാത്ത പഗോഡയിലും ക്ഷേത്രങ്ങളിലും എല്ലാം പ്രദർശന കാഴ്ചകളാണ്. ഇഷ്ടമുള്ളവർക്ക് പ്രാർത്ഥിക്കാം. ധ്യാനനിമഗ്നരാവാം.. അല്ലാത്തവർക്ക് കൗതുകക്കാഴ്ചകൾ മാത്രം. എന്നാൽ ക്ഷേത്രത്തിന്റെയോ പഗോഡയുടെയോ അന്തരീക്ഷത്തിൽ ബഹളമോ അനാവശ്യ ശബ്ദമോ ആഹാരം കഴിക്കലോ അനുവദിക്കില്ല. വിശ്വാസികൾക്ക് യാതൊരു തടസ്സവും ഉണ്ടാകാത്ത വിധത്തിലാണ് ആരാധനാലയങ്ങളെ വിയറ്റ്നാം ഗവൺമെന്റ് പരിപാലിക്കുന്നത്. വിശ്വാസ സ്വാതന്ത്ര്യം പൂർണ്ണമായും നല്കുന്നതിന്റെ പ്രത്യക്ഷ തെളിവാണിത്. മ്യൂസിയംപോലെ തന്നെ ആരാധനാലയങ്ങളും ഗവൺമെന്റ് സംരക്ഷണയിൽ സുരക്ഷിതവും ജനകീയവുമായി നിലനില്ക്കുന്നു, പ്രായമായ സ്ത്രീകൾ ഉൾപ്പെടെ നിരവധി വിയറ്റ്നാമുകാർ ക്ഷേത്രങ്ങളിൽ ആരാധനയ്ക്ക് എത്തുന്നത് കാണാൻ കഴിയും..

ശുഭകർമ്മങ്ങൾക്കു പ്രാർത്ഥിക്കുന്നവരാണ് അധികവും. പുതിയ വീട് നിർമ്മിച്ചു പ്രവേശിക്കുമ്പോൾ, പുതിയ ജോലി കിട്ടിയാൽ, വാഹനം വാങ്ങിയാൽ, ഉപയോഗിക്കുമ്പോൾ, വിവാഹവേളയിൽ വധുവരന്മാർക്കുള്ള ആശീർവാദത്തിനും കുഞ്ഞു പിറന്നാലുള്ള സന്തോഷത്തിനും ജീവിതത്തിലെ ഇത്തരം സന്തോഷ മുഹൂർത്തങ്ങളിൽ പഗോഡയിലോ ക്ഷേത്രത്തിലോ ചെന്ന് നിവേദ്യം അർപ്പിക്കുന്നവരാണ് വിശ്വാസികളിൽ അധികം പേരും.

സാമൂഹികമായ ജീവിത കാഴ്ചപ്പാടുള്ള വിയറ്റ്നാമിൽ കൂട്ടുകുടുംബമാണ് നിലനില്ക്കുന്നത്. അണുകുടുംബങ്ങൾ നഗരങ്ങളിൽ മാത്രമായി ഒതുക്കുന്നു, സ്ഥല പരിമിതിയും വരുമാന സ്ഥിതിയും മറ്റും കാരണം നഗരങ്ങളിലെ അപര്യാപ്തതയാണ് കാരണം. ഗ്രാമങ്ങൾ അങ്ങനെയല്ല.. കൂട്ടുകുടുംബത്തിൽ പ്രായമേറിയവരാണ് കുടുംബനാഥൻ. മക്കളും പേരക്കിടാങ്ങളുമായി വലിയ കുടുംബം. എല്ലാവരുടെയും വ്യക്തിഗത പ്രശ്നങ്ങളും കാര്യങ്ങളും ഗൃഹനാഥൻ വിളിച്ചു കൂട്ടുന്ന കുടുംബസദസ്സിൽ പറയണമെന്നത് നിർബ്ബന്ധമാണ്. അവിടെവെച്ചുണ്ടാകുന്ന തീരുമാനങ്ങൾ അന്തിമമായിരിക്കും. അതിനെതിരെ ആർക്കും പ്രവർത്തിക്കാനാവില്ല.

വിയറ്റ്നാമിലെ പഗോഡ

ആർക്കെങ്കിലും കൂട്ടുകുടുംബത്തിൽനിന്നും മാറി ഗ്രാമത്തിൽ മറ്റൊരിടത്തു പോയി ജീവിക്കണമെന്നുണ്ടെങ്കിൽ അവർക്കു പോകാം, പക്ഷേ, അതോടെ കുടുംബവുമായുള്ള അവരുടെ ബന്ധം വിച്ഛേദിക്കപ്പെടുന്നു. വിവാഹം, മരണം മറ്റു ചടങ്ങുകളിലൊന്നും മറ്റാരും സംബന്ധിക്കില്ല. എന്നാൽ കൂട്ടുകുടുംബത്തിൽ തന്നെ തുടരാനാണ് ഗ്രാമങ്ങളിൽ കഴിയുന്നവർക്കിഷ്ടം, സാമ്പത്തികമായി കഴിവ് കുറഞ്ഞവർക്ക് വിഷമമില്ലാതെ ജീവിക്കാനുള്ള സൗകര്യമുണ്ട്, അസുഖം വന്നാൽ സഹായത്തിനു ആളുകളുണ്ട്, ഇങ്ങനെ എല്ലാവിധ സുരക്ഷിതത്വവും ലഭിക്കുന്നു. അതുകൊണ്ടു തന്നെ പാശ്ചാത്യ അധിനിവേശം മത പ്രചാരണത്തിന് കാരണമായെങ്കിലും വ്യക്തിഗത ജീവിതത്തിനു പ്രാധാന്യം നല്കുന്ന പാശ്ചാത്യ ജീവിത സംസ്കാരം വിയറ്റ്നാം ജനത പാടെ തള്ളിക്കളഞ്ഞു. അതിനു പകരം സാമൂഹികതയിലൂന്നിക്കൊണ്ടുള്ള കൂട്ടുകുടുംബ വ്യവസ്ഥ ഇന്നും ശക്തമായി നിലനില്ക്കുന്നു. പോരാട്ട നാളുകളിൽ കുടുംബപരമായ ഒത്തൊരുമ പോരാളികൾക്ക് നല്കിയ ആന്തരിക ശക്തി നിർണ്ണായകമായിരുന്നു. വിയറ്റ്നാം തന്നെ ഇല്ലാതാവുന്ന അവസ്ഥയിൽ നിലനില്പിന്റെ പോരാട്ടങ്ങൾക്കിടയിൽ എല്ലാവരും ഒത്തുചേർന്നുള്ള അതിജീവനത്തിന്റെ കഥയാണ് രാജ്യത്തെ കൂട്ടുകുടുംബ വ്യവസ്ഥയ്ക്ക് പറയാനുള്ളത്.

പഗോഡകളും ക്ഷേത്രങ്ങളും പോലെതന്നെ മ്യൂസിയങ്ങളും ടൂറിസ്റ്റുകൾക്ക് ഇഷ്ടപ്പെടുന്ന സന്ദർശന കൗതുകമാണ്.

കഴിഞ്ഞ കാല സംഭവികാസങ്ങളെ മ്യൂസിയങ്ങളാക്കി ഗവൺമെന്റ് സംരക്ഷിക്കുകയാണ്. നിരവധി മ്യൂസിയങ്ങൾ. സൂക്ഷ്മവും ശക്തവുമായ ചരിത്രസാക്ഷ്യങ്ങളാണവ, പീഡാനുഭവങ്ങളുടെ, ആർത്തനാദങ്ങളുടെ, കൂട്ട നരഹത്യയുടെ, പിടിച്ചടക്കലിന്റെ, തിരിച്ചടിയുടെ ജീവിക്കുന്ന സാക്ഷ്യങ്ങൾ. വിറങ്ങലിച്ച ദശകങ്ങളുടെ ചോരയിൽ കുതിർന്ന ചരി

ത്രത്തെ ഒന്നുകൂടെ ഓർമ്മിപ്പിച്ചുകൊണ്ടുള്ള സ്മൃതിതടങ്ങൾ, ലോകത്തിന്റെ വിവിധ ഭാഗങ്ങളിൽ നിന്നുമെത്തുന്ന വിനോദസഞ്ചാരികൾക്കു എങ്ങനെയാണ് ആധുനിക വിയറ്റ്നാം രൂപപ്പെട്ടതെന്നു ദൃശ്യങ്ങളും വസ്തുതകളും കൊണ്ട് പറഞ്ഞുകൊടുക്കുകയാണ്. ഒപ്പം വിയറ്റ്നാമിലെ പുതുതലമുറയ്ക്ക് പോയകാലത്തിന്റെ ഓർമ്മപ്പെടുത്തലും കൂടിയായി മാറുന്നു.

ഹാനോയിലെ പ്രശസ്തമായ ബ ദിൻ സ്ക്വയറിനു എതിർ വശത്തു ഹോചിമിൻ മ്യൂസിയത്തിനടുത്തുള്ള യുദ്ധസ്മൃതികളുടെ മ്യൂസിയം. വാർ മ്യൂസിയം. 1999 ലാണ് ഇത് സ്ഥാപിച്ചത്, ആധുനികതയും പരമ്പരാഗതയും ഒത്തു ചേർന്ന ഈ മ്യൂസിയം വിയറ്റ്നാമിന്റെ മോചന പോരാട്ടത്തിൽ ജീവിതം ഹോമിച്ച ലക്ഷക്കണക്കിന് സ്ത്രീ പുരുഷന്മാർക്കുള്ള സമർപ്പണമാണ്, വിയറ്റ്നാമിലെ അമേരിക്കൻ അധിനിവേശത്തിൽ രക്തസാക്ഷിത്വം വരിച്ചവരുടെ ചരിത്രം ഇവിടെനിന്നും കാണുക മാത്രമല്ല വായിച്ചെടുക്കുകയും ചെയ്യാം. വിവിധ ദൃശ്യങ്ങളും വാക്കുകളുമായി ആ കാലം നമുക്ക് മുന്നിലെത്തുകയാണ്. വിയറ്റ്നാമിൽ ഔദ്യോഗികമായ പ്രധാന പരിപാടികൾക്ക് മുൻപ് വാർ മ്യൂസിയത്തിലെത്തി രക്തസാക്ഷികൾക്കു അഭിവാദ്യം അർപ്പിക്കുക പതിവാണ്.

വിയറ്റ്നാം പീപ്പിൾസ് എയർഫോഴ്സ് മ്യൂസിയം ആണ് മറ്റൊന്ന്. 1954 ൽ യുദ്ധവേളയിൽ പോരാളികൾ തുടങ്ങിയ ജനകീയ വ്യോമസേനയുടെ ഇന്നേവരെയുള്ള ചരിത്രം അടിസ്ഥാനമാക്കിയുള്ളതാണ് എയർഫോഴ്സ് മ്യൂസിയം, രണ്ടാം വിമോചനപ്പോരാട്ടത്തിലെ വ്യോമാക്രമണത്തിൽ അമേരിക്കൻ യുദ്ധവിമാനങ്ങൾ വെടിവെച്ചു വീഴ്ത്തിയതിന്റെ അവശിഷ്ടങ്ങൾ മ്യൂസിയത്തിൽ സൂക്ഷിച്ചിട്ടുണ്ട്. മാത്രമല്ല ഏതൊക്കെ വിമാനങ്ങളായിരുന്നു വിയറ്റ്നാം പോരാളികൾ യുദ്ധവേളയിൽ ഉപയോഗിച്ചതെന്നും അവ യുദ്ധത്തെ എത്രത്തോളം സഹായിച്ചുവെന്നും വ്യക്തമാക്കുന്നു. അമേരിക്കയുടെ രഹസ്യ റഡാറിനെ ആക്രമിച്ച അന്റോണോവ് എ എൻ 2 വിമാനം പിന്നെ ചെറുതും വലുതുമായ ഒട്ടേറെ പോർവിമാനങ്ങൾ പ്രദർശിപ്പിച്ചിട്ടുണ്ട്. ഇതിൽ പ്രധാനപ്പെട്ടത് ഇവയൊക്കെയാണ്. മൈകോയ്ൻ, ഗുവേവിച്ച മിഗ് 21. അമേരിക്കയ്ക്കെതിരെ 12 വിജയങ്ങൾ നേടിയ യുദ്ധ വിമാനം.

ൻഗുയെൻ സാം എന്ന ധീരനായ പോരാളിയുടെ നേതൃത്വത്തിൽ 1972 ജൂലൈ അഞ്ചാം തീയതി അമേരിക്കയുടെ എയർഫോഴ്സ് f -4 E വിമാനം വെടിവച്ചിട്ടതിന്റെ അവശിഷ്ടങ്ങൾ.. ഹോചിമിനു വേണ്ടി മാത്രമായി പറപ്പിച്ച MI 4 ഹെലികോപ്റ്റർ, നോർത്രോപ് F5 ഫ്രീഡം ഫൈറ്റർ, ഷെൻയാങ് ജെ 5 എന്ന പോരാട്ട വിമാനം യുദ്ധവേളയിൽ അമേരിക്കൻ എയർഫോഴ്സിന്റെ ഏറ്റവും അപകടകാരിയായ എഫ് 4 സി വിമാനം അടിച്ചിട്ടതിന്റെ ബാക്കി കാഴ്ചകൾ, ൻഗോ ഡുക് മൈ എന്ന ഗറില്ലാ പോരാളി ഷെൻയാങ് ജെ 5 ഉപയോഗിച്ച് ഇങ്ങനെ അഞ്ചു വിജയങ്ങൾ നേടി എന്ന് അടിക്കുറിപ്പിലുണ്ട്, ഇങ്ങനെ ചരിത്രത്തിന്റെ വീരസ്

മരണകളുണർത്തുന്ന ഒട്ടേറെ എയർ ക്രാഫ്റ്റുകളുടെയും അവ അമേരിക്കൻ യുദ്ധ വിമാനങ്ങൾക്ക് നേരെ നടത്തിയ പ്രത്യാക്രമണത്തിന്റെയും ഇതിഹാസങ്ങളുടെയും സാക്ഷ്യങ്ങൾ..

വിയറ്റ്നാമിന്റെ സൈനിക ചരിത്രം പറയുന്ന മിലിറ്ററി ഹിസ്റ്ററി മ്യൂസിയം സെൻട്രൽ ഹാനോയിയിലാണുള്ളത്. ഹോചിമിന്റെ ശവകുടീരത്തിനും ലെനിൻ പാർക്കിനും സമീപം.

വിസ്മയത്തോടെ മാത്രമേ ഈ മ്യൂസിയത്തിലെ കാഴ്ചകൾ നമുക്ക് കാണാൻ കഴിയുകയുള്ളൂ. ക്രിസ്തുവിനു മുൻപ് 214 മുതൽ 1975 വരെയുള്ള കാലഘട്ടങ്ങളിൽ വിയറ്റ്നാമിനെ കീഴടക്കിയ വിവിധ സാമ്രാജ്യത്വങ്ങളെ പ്രതിരോധിച്ച ഒരു ജനതയുടെ സായുധ പോരാട്ടങ്ങൾ. സാമ്രാജ്യത്വ അധിനിവേശത്തിനു മുൻപുള്ള കാല പോരാട്ടം പ്രദർശിപ്പിക്കുന്ന pre colonial exhibition കാലഘട്ടത്തെക്കുറിച്ച് പറയുന്നു, അത് അയൽ രാജ്യങ്ങളുടെ കടന്നു കയറ്റമായിരുന്നു. അന്നുതൊട്ടു തുടങ്ങിയതാണ് നൂറ്റാണ്ടുകളോളം നീണ്ട പുറം ശക്തികളുടെ അതിക്രമ സന്നിവേശം. അയൽ രാജാക്കന്മാർ നടത്തിയ ആക്രമണങ്ങളും അതിനെ ജനങ്ങളുടെ സൈന്യം നേരിട്ട വിധവും വിശദമായി എഴുതിവെച്ചിട്ടുണ്ട്. തങ്ങളുടെ രാജ്യം പിടിച്ചടക്കാൻ എത്തുന്ന അയൽശത്രുക്കളെ തങ്ങൾക്കു ലഭ്യമായ ആയുധങ്ങളുമായി ജനങ്ങൾ തുരത്തി ഓടിക്കുന്നതിന്റെ ചിത്രങ്ങളുമുണ്ട്.. എല്ലാം കൃത്യവും വിശദവുമായ ഛായ, ദൃശ്യ സംവിധാനത്തോടെ കാഴ്ചക്കാർക്ക് വിവരിക്കുന്നു.

സാമ്രാജ്യത്വ അധിനിവേശത്തിന്റെ ചരിത്രം വിവരിക്കുന്ന colonial exhibition, വിയറ്റ്നാമിലെ അമേരിക്കൻ യുദ്ധ പരാജയത്തെ സവിസ്തരം പ്രതിപാദിക്കുന്നു, ലോകപൊലീസ് ചമഞ്ഞു തങ്ങളിഷ്ടപ്പെടാത്ത രാജ്യങ്ങളിൽ കടന്നു കയറി ആ രാജ്യങ്ങളെ കീഴ്പ്പെടുത്തി തങ്ങളുടെ ചൊല്പടിക്കു നില്ക്കുന്ന അടിമകളെ ഭരണത്തിൽ സ്ഥാപിക്കുന്ന അമേ

യുദ്ധപീരങ്കി ടാങ്കർ

രിക്കയുടെ അഹങ്കാരത്തിനേറ്റ കനത്ത തിരിച്ചടികളുടെ ദൃക്സാക്ഷ്യങ്ങൾ. വിയറ്റ്നാം ജനതയുടെ സായുധ പോരാട്ടത്തിന്റെ ആവേശം, അത് ഇവിടെ പ്രദർശിപ്പിക്കുന്ന ഓരോ ചരിത്രാവശിഷ്ടത്തിലും വായിച്ചെടുക്കാവുന്ന താണ്. ഒരിക്കലും കെടാത്ത വിപ്ലവ ആവേശത്തോടെ വിയറ്റ്നാം ജനത നടത്തിയ ഗറില്ലാ പോരാട്ടത്തിനു മുന്നിൽ ഒരു വലിയ ലോകരാജ്യം പരാജയപ്പെടുന്നതിന്റെ ജീവിക്കുന്ന തെളിവുകൾ, അമേരിക്കയുടെ യുദ്ധ തന്ത്രങ്ങൾ ദൃശ്യങ്ങളോടെ മ്യൂസിയത്തിൽ പ്രദർശിപ്പിച്ചിട്ടുണ്ട്. അതോടൊപ്പം അമേരിക്കയുടെ അധിനിവേശത്തെ അന്താരാഷ്ട്ര രാജ്യങ്ങൾ വിമർശിക്കുന്നതിന്റെ പത്രക്കട്ടിങ്ങുകളും പോസ്റ്ററുകളും ചേർത്തുവെച്ചു കാണാവുന്നതാണ്. തകർന്ന കളിപ്പാവകളുടെ പൂന്തോട്ടം എന്ന വിഭാഗത്തിൽ, പിടിച്ചടക്കിയ യുദ്ധപീരങ്കികൾ ടാങ്കറുകൾ അടക്കമുള്ള നിരവധി യുദ്ധോപകരണങ്ങൾ കാണാം. അതുപോലെ ബോയിങ് ബി 52 ജി സ്കൈ ലൈഡർസ്, സെൽഫ് പ്രൊപ്പല്ലഡ് ഗൺ, വ്യോമപ്രതിരോധ ഗൺ, യുദ്ധത്തിന്റെ വിജയം നിർണ്ണയിച്ച, ശത്രുക്കളെ അടിച്ചുതുരത്തിയ നൂതന ആയുധങ്ങളുടെ നിരതന്നെയുണ്ട് മിലിറ്ററി ഹിസ്റ്ററി മ്യൂസിയത്തിൽ.

ആർട്ട് മ്യൂസിയം ആൻഡ് ഗ്യാലറി: വിയറ്റ്നാമിന്റെ പരമ്പരാഗതവും ആധുനികവുമായ കലാ സാംസ്കാരികത പ്രദർശിപ്പിക്കുന്ന ആർട്ട് മ്യൂസിയം കലാകാരന്മാരുടെ സംഗമകേന്ദ്രം കൂടിയാണ്. ലോകത്തിന്റെ വിവിധ ഭാഗങ്ങളിൽ നിന്നുമെത്തുന്ന പെയിന്റിങ്, മ്യൂറൽ ആർട്ട്, പോട്രെയ്റ്റ്, മോഡേൺ ആർട്ട്, റൂറൽ ആർട്ട്, ഇങ്ങനെ ചിത്രകലയുടെയും മറ്റു കലാരൂപങ്ങളുടെയും പ്രദർശനവും ആശയ സംവാദവും അരങ്ങേറുന്ന

വിയറ്റ്നാം ആർട്ട് ഗ്യാലറി

കാഴ്ച. പരസ്പര സംവേദനത്തിനു ഒരുക്കുന്ന പ്രത്യേക ഇടങ്ങളിലെ പശ്ചാത്തലത്തിൽ കലാരൂപങ്ങളുടെ മുഗ്ദ്ധസൗന്ദര്യം കാണാം. ചിത്ര സ്തൂപങ്ങളുടെ നിരതന്നെ ഉണ്ട്. മുളയിൽ തീർത്ത ഗ്രാമീണ കരകൗശലങ്ങളെ അനുകരിച്ചുള്ള വർണ്ണപ്പകിട്ടാർന്ന കലാരൂപങ്ങൾ വിയറ്റ്നാമിന്റെ തനത് കലയുടെ പ്രതീകമാണ്. ടെക്സ്റ്റൈൽ മേഖലയിൽ മികവ് നേടിയ രാജ്യമായതിനാൽ തുണിത്തരങ്ങളിൽ ചെയ്ത കലാരൂപങ്ങൾ ആരെയും ആകർഷിക്കും. ചിത്രകലയുടെയും വാസ്തുകലയുടെയും പുതിയ സങ്കേതങ്ങൾ പരസ്പരം ഉൾക്കൊള്ളാനും അത് സ്വന്തം ചിത്രണത്തിൽ പ്രയോഗവല്ക്കരിക്കാനുമുള്ള സാഹചര്യം ഒരുക്കുന്നു. ഇവിടെ എത്തുന്ന ലോകത്തിലെ പ്രഗത്ഭ കലാകാരന്മാരിൽ നിന്നും നവ സാങ്കേതികത മനസ്സിലാക്കി അത് തങ്ങളുടെ ശൈലിയിൽ പ്രാവയോഗികമാക്കുകയാണ് ചിത്ര വാസ്തുകലയിലെ പുതിയ തലമുറ.

വിമെൻ മ്യൂസിയംതൊട്ട് ഹാനോയ് മ്യൂസിയംവരെയുള്ള വിയറ്റ്നാമിലെ മ്യൂസിയങ്ങൾ ടൂറിസം മേഖലയിൽ വലിയ ചലനമാണ് സൃഷ്ടിക്കുന്നത്. ചരിത്രം, പാരമ്പര്യം, വൈജ്ഞാനികം, വാസ്തുശില്പം, കലാവൈവിദ്ധ്യം, ജീവിതസംസ്കാരം, സംഗീതം, യുദ്ധം, നരവംശം, രക്തസാക്ഷിത്വം, സയൻസ് എന്നിങ്ങനെ പരന്നു കിടക്കുന്ന അറിവുകളിലേക്കുള്ള അപൂർവ്വ പ്രയാണമായി മ്യൂസിയങ്ങളിലേക്കുള്ള യാത്രകൾ മാറുകയാണ്. എല്ലാം വിയറ്റ്നാം നാടിന്റെ മഹത്വം പകരുന്നതുമാണ്. എല്ലാം കൃത്യവും വ്യക്തവുമാക്കിക്കൊണ്ട്.

ഹാനോയ് ഇന്ന് ലോക ടൂറിസ്റ്റുകളുടെ ഒരു പ്രധാന ഡെസ്റ്റിനേഷൻ സെന്റർ ആയി ഉയർന്നു കഴിഞ്ഞു. ഏകപക്ഷീയമായി യുദ്ധം ചെയ്തു അതിക്രമത്തിലൂടെ പിടിച്ചടക്കി സ്വന്തം കോളനിയാക്കാൻ ശ്രമിച്ച അമേരിക്കയിലെയും അവരുടെ സഖ്യരാജ്യങ്ങളിലെയും സഞ്ചാരികൾ തലസ്ഥാനമായ ഹാനോയിലെത്തുന്നത് ടൂറിസ്റ്റുകളായി. രാജ്യത്തിന്റെ വിസ്മയകരമായ വളർച്ചയും വേദനിക്കുന്ന പഴയ അധിനിവേശ കാഴ്ചകളും ഒരു പോലെ കാണിക്കുന്നു, പഴയകാല ചരിത്രം മാറ്റംകൂടാതെ മ്യൂസിയങ്ങളിലാക്കിക്കൊണ്ട്.

ഏഴ്

ഹാനോയിൽനിന്ന് നേരെ തെക്കേ വിയറ്റ്നാമിലേക്ക്. ഹോചിമിൻ സിറ്റിയിലേക്ക്. ഒരുമണിക്കൂർ നേരത്തെ ഫ്ളൈറ്റ് യാത്ര.

അവിടെയെത്തിയപ്പോൾ ഗറില്ലാ പോരാട്ടത്തിന്റെ ചരിത്രപരമായ അടയാളങ്ങൾ ഞങ്ങൾ നേരിൽ കണ്ടു.

ഒളിപ്പോരാട്ടങ്ങൾ, ഒളിത്താവളങ്ങൾ, ബങ്കറുകൾ.

ഇടതൂർന്ന് വളർന്നുനില്ക്കുന്ന മരങ്ങൾക്കിടയിലൂടെ നടന്നു. പേടിപ്പിക്കുന്ന വനാന്തരം. അനേകം കിലോമീറ്ററുകൾ നീണ്ടുനില്ക്കുന്ന കാടിനുള്ളിലെത്തി. പലയിടങ്ങളിലായി കുഴികൾ. പച്ചപ്പുല്ലുകൾകൊണ്ട് മറച്ച കുഴികൾക്ക് അസ്വാഭാവികതയൊന്നും തോന്നിയില്ല. എന്നാൽ അവിടവിടങ്ങളിലായി കാണപ്പെട്ട ആ കുഴികൾ ലോകം കണ്ട ഏറ്റവും വലിയ ഗറില്ലാപോരാട്ടത്തിലെ വിസ്മയകരമായ ഒളിസങ്കേതങ്ങളാണെന്ന് അതിനകത്തേക്ക് ഊർന്നിറങ്ങിയപ്പോൾ ബോദ്ധ്യമായി.

വിയറ്റ്നാമിലെ വർഷങ്ങൾനീണ്ട ചെറുത്തുനില്പിന്റെയും പ്രത്യാക്രമണത്തിന്റെയും ആവേശകരമായ ഓർമ്മകൾ നല്കുന്നു ഈ ഒളിഗുഹകൾ. അമേരിക്കയുടെ നേതൃത്വത്തിലെ സാമ്രാജ്യത്വശക്തികളെ തുരത്തിയോടിക്കാൻ സഹായിച്ച ബങ്കറുകൾ. ജനകീയപോരാട്ടങ്ങൾക്ക് എക്കാലവും ആവേശം നല്കുന്ന ചരിത്രത്തിലെ നിർണ്ണായകമായ തുരങ്കങ്ങൾ.

തെക്കൻ വിയറ്റ്നാമിൽ ഹോചിമിൻ സിറ്റിയിലെ കു ചി ജില്ലയിലെ കാടുകൾക്കിടയിലെ ഗറില്ലാ ബങ്കറുകൾ ഇന്ന് ഒരു ടൂറിസ്റ്റ് കാഴ്ചയാണ്. ലോകത്തിലെ വിവിധ രാജ്യങ്ങളിൽനിന്നുള്ള വിനോദസഞ്ചാരികൾക്ക് കൗതുകവും യുദ്ധചരിത്രബോധവും നല്കുന്ന അപൂർവ്വ ഗർത്തങ്ങൾ. വിയറ്റ്നാമിന്റെ അധിനിവേശചരിത്രം ഇങ്ങനെയാണ്:

ശീതയുദ്ധകാലത്ത് സോവിയറ്റ് യൂണിയനോടൊപ്പം രാഷ്ട്രീയപരമായി വിയറ്റ്നാം ചേർന്നുനിന്നു. വടക്കൻ കൊറിയയിൽ സംഭവിച്ചതുപോലെ വിയറ്റ്നാമിലും കമ്യൂണിസ്റ്റ് ഭരണം കൈയടക്കുമെന്ന് കണ്ടപ്പോൾ അന്നത്തെ അമേരിക്കൻ പ്രസിഡന്റ് ജോൺ എഫ് കെന്നഡി വിയറ്റ്നാമിനെ ആക്രമിക്കാൻ സൈന്യങ്ങൾക്ക് നിർദ്ദേശം നല്കി. പിന്നെ ലോകം കണ്ടത് നീണ്ട കൂട്ടക്കൊലയുടെ അതിഭീകര കാഴ്ചയായിരുന്നു. അമേരിക്കയുടെ കണക്ക് പ്രകാരം മുപ്പത്തിയെട്ട് ലക്ഷം വിയറ്റ്നാമുകാരെയാണ് രാസായുധവും വ്യോമാക്രമണവും കരയുദ്ധവുംകൊണ്ട് അമേരിക്കൻസൈന്യം കൊന്നൊടുക്കിയത്. ചൈനയും സോവിയറ്റ് യൂണിയനും നല്കിയ യുദ്ധായുധങ്ങൾകൊണ്ടും ഗ്രാമീണമായി ഉണ്ടാക്കിയ ബോംബുകളും ഗ്രനേഡുകളുംകൊണ്ടും ഗറില്ലകൾ നടത്തിയ പ്രത്യാക്രമണത്തിൽ അറുപതിനായിരം അമേരിക്കൻ ഭടന്മാർ കൊല്ലപ്പെട്ടു. രണ്ടായിരത്തോളം യു എസ് സൈനികരെ കാണാതായി. ഇരുപതിനായിരത്തിലധികം സൈനികർക്ക് പരിക്കേറ്റു.

വിയറ്റ്നാമിലെ കമ്യൂണിസ്റ്റ് പോരാളികളായ പീപ്പിൾസ് ആർമി ഓഫ് വടക്കൻ വിയറ്റ്നാമും പീപ്പിൾസ് ലിബറേഷൻ ആംഡ് ഫോഴ്സസ് ഓഫ് സൗത്ത് വിയറ്റ്നാമും ചേർന്ന് അമേരിക്കയുടെ ആക്രമണങ്ങളെ ചെറുത്തുനിന്നു. ജനങ്ങൾ ഒന്നടങ്കം കൈയിൽ കിട്ടിയ ചെറുതും വലുതുമായ ആയുധങ്ങളേന്തി അമേരിക്കയുടെ യുദ്ധവിമാനങ്ങളെവരെ ആക്രമിച്ച് വീഴ്ത്തി. മാരകമായ രാസായുധങ്ങൾ പ്രയോഗിച്ച് അമേരിക്കൻസൈന്യം തിരിച്ചടിച്ചപ്പോൾ ലക്ഷക്കണക്കിന് ജനങ്ങൾ പിടഞ്ഞുമരിച്ചു. എന്നിട്ടും വിയറ്റ്നാമിലെ ജനങ്ങൾ പിന്മാറിയില്ല. ഭീകരമായ അമേരിക്കൻ ആക്രമണങ്ങൾ വിയറ്റ്നാമിലെ ജനങ്ങളുടെ പോരാട്ടവീര്യത്തെ ഉജ്ജ്വലിപ്പിക്കുകയായിരുന്നു. അവർ ഗറില്ലാ പോരാട്ടം ആരംഭിച്ചു. ദക്ഷിണ വിയറ്റ്നാമിൽ. അതാണ് കു ചി ജില്ലയിൽ കാണുന്ന നൂറുകണക്കിന് ബങ്കറുകൾ.

ബങ്കറുകൾ എന്ന ഈ ഒളിസങ്കേതങ്ങൾക്ക് ഏറെ പ്രത്യേകതകളുണ്ട്. കാടിനുള്ളിൽ ഭൂഗർഭത്തിലായി കുഴിച്ചുണ്ടാക്കിയ തുരങ്കങ്ങളാണിത്. മുപ്പതും നാല്പതും മീറ്റർ നീളമുള്ള തുരങ്കങ്ങളിൽ പലതിലും നുഴഞ്ഞ് മാത്രമേ കയറാനാവുകയുള്ളൂ. വായുസഞ്ചാരമില്ല. വിഷമേറിയ തേളുകളും എട്ടുകാലികളും കീടപ്രാണികളും കരിങ്കണ്ണിയും നിറഞ്ഞ ബങ്കറുകളിൽ ഗറില്ലാ പോരാളികൾ പകൽ മുഴുവൻ കഴിഞ്ഞ്, രാത്രി പോരാട്ടത്തിന് പുറത്തിറങ്ങുകയാണ് ചെയ്തിരുന്നത്. ഇതിന് പുറമേ നിരവധി വിശാലമായ ഗുഹകളും കാണാം. ഗ്രനേഡുകളടക്കമുള്ള ആയുധങ്ങൾ നിർമ്മിക്കുന്ന ഫാക്ടറിയും രാഷ്ട്രീയവിശകലനവും പോരാട്ടത്തിന്റെ ആസൂത്രണവും നടത്തുന്ന മുറികളും ചികിത്സാകേന്ദ്രങ്ങളും പാചകശാലകളും ഈ ഒളിസങ്കേതങ്ങളിലുണ്ട്. എല്ലാം ഭൂമിക്കടിയിൽ. പുറത്ത് ആർക്കും ഒരുകാരണവശാലും തിരിച്ചറിയാനാവില്ല. കാടിനുള്ളിലെ മരങ്ങളും പച്ചപ്പുല്ലുകളും ബങ്കറുകളുടെ പ്രവേശനമുഖത്തെ

മറച്ചിരിക്കും. പോർവിമാനങ്ങളെ വെടിവെച്ചുവീഴ്ത്തിയാൽ ഗറില്ലകളെ തിരഞ്ഞ് കു ചി കാടിനുള്ളിലേക്ക് കൂറ്റൻ പീരങ്കികളുമായി സൈന്യം പാഞ്ഞടുക്കുമായിരുന്നു. അപ്പോൾ ഗറില്ലകൾ ബങ്കറുകളിൽനിന്ന് പുറത്തേക്ക് വന്ന് ഗ്രനേഡും ഷെല്ലും ബോംബുകളും സൈന്യത്തിനുനേരെ എറിഞ്ഞ് അവരെ തുരത്തിക്കൊണ്ടിരുന്നു. അമേരിക്കൻ സൈന്യത്തെ ആക്രമിച്ച് സൈനികരെ ബോംബെറിഞ്ഞ് കൊന്നു. അവരുടെ പീരങ്കികൾ കീഴടക്കിയതിന്റെ സാക്ഷ്യങ്ങൾ ഇപ്പോഴും കു ചി കാടുകളിൽ കാണാം. ഒപ്പം സ്ത്രീകളടക്കമുള്ള വിയറ്റ്നാം യുദ്ധപ്പോരാളികളുടെ പ്രതിമകളും. കാടിനുള്ളിലെ ഈ കാഴ്ച ഗറില്ലാപോരാട്ടത്തിന്റെ ജീവിക്കുന്ന സ്മാരകങ്ങളാണ്.

ബങ്കറുകൾക്കുള്ളിലെ ജീവിതം തീർത്തും ദുസ്സഹമായിരുന്നു. വിഷജന്തുക്കളുടെ കടിയേറ്റ് ഒട്ടേറെപ്പേർ മരിച്ചു. എന്നാൽ കൊതുകുകളിലൂടെ പകർന്ന മലേറിയ ആയിരക്കണക്കിന് പോരാളികൾ മരിക്കാനിടയാക്കി. ഒളിഗുഹകൾക്കുള്ളിൽ കഴിഞ്ഞവരിൽ ഭൂരിപക്ഷം ആളുകൾക്കും ഉദരസംബന്ധമായ മാരകമായ അസുഖങ്ങൾ പിടികൂടിയിരുന്നു. ശ്വസിക്കാൻ വായു കിട്ടാത്തതിനാൽ ശ്വാസംമുട്ടി മരിച്ചവർ വേറെയും. ഇഴഞ്ഞ് മാത്രം സഞ്ചരിക്കാൻകഴിയുന്ന ചെറിയ ബങ്കറുകളിലെ കാര്യം തീർത്തും ദുസ്സഹമായിരുന്നു.

അമേരിക്കയുടെ നേതൃത്വത്തിലുള്ള സൈന്യത്തെ ഇങ്ങനെ സായുധമായി നേരിട്ട് കനത്ത ജീവനാശം സൃഷ്ടിച്ച ബങ്കർ ഗറില്ലാ ആക്രമണം സംബന്ധിച്ച് യു എസ് മിലിറ്ററിക്ക് വിവരം ലഭിച്ചു. ഇതിനെത്തുടർന്ന് തുടർച്ചയായ ബങ്കർ ആക്രമണം അഴിച്ചുവിട്ടു. പരിശീലനം നല്കിയ

ബങ്കർ

സൈനികരെ രഹസ്യ ഗുഹയ്ക്കുള്ളിൽ അയച്ചു. ഇവരിൽ പലരും അവിടെവെച്ചുതന്നെ കൊല്ലപ്പെട്ടു. അമേരിക്കൻ സൈനികവൃത്തങ്ങൾക്ക് ബങ്കറുകളിൽനിന്നുള്ള അപ്രതീക്ഷിത ആക്രമണം വലിയ പ്രതിസന്ധി തന്നെ സൃഷ്ടിച്ചു. ഇതിനെത്തുടർന്ന് 'ബങ്കർ എലികൾ' എന്ന് അമേരിക്കൻ സൈന്യം പേരിട്ട ഗറില്ലകളെ കൂട്ടത്തോടെ കൊല്ലാൻവേണ്ടി ഈ രഹസ്യ ഗുഹകളിലേക്ക് മാരകമായ വിഷമുള്ള ഗ്യാസ് അടിച്ചുകയറ്റി. ചൂടുവെള്ളം പമ്പ്ചെയ്തു. ഗ്രനേഡുകൾ ഉള്ളിലേക്ക് എറിഞ്ഞുകൊണ്ടിരുന്നു. എന്നാൽ മുപ്പത് മീറ്ററുള്ള പല ടണലുകളും ഈ ആക്രമണങ്ങളെ അതിജീവിക്കുന്നവിധത്തിലായിരുന്നു കുഴിച്ചുണ്ടാക്കിയിരുന്നത്. വളവുകളും തിരിവുകളും ഉണ്ടാക്കി പുറമേനിന്നുള്ള ഏത് ആക്രമണത്തെയും ചെറുത്തുനിന്നു.

ബങ്കറുകൾക്ക് മുകളിൽ യു എസ് സൈന്യം എത്തുമ്പോൾ അവരെ ചതിക്കുഴികളിൽ വീഴ്ത്തി പരിക്കേല്പിക്കാനുള്ള തന്ത്രങ്ങളും ചെയ്തിരുന്നു. ഈ ചതിക്കുഴികൾക്ക് മുകളിൽ പുല്ലുകൾ വളർത്തി സംശയമുണ്ടാകാതെ സൈനികരെ കാടിനുള്ളിൽ പ്രവേശിപ്പിച്ചു. ഗറില്ലാപോരാളികളുടെ കുഴികളിൽ വീഴുന്ന സൈനികരെ പിടികൂടി ബങ്കറുകൾക്കുള്ളിൽ കൊണ്ടുപോയി ഇവരെ ചോദ്യംചെയ്ത് വിയറ്റ്നാം പോരാളികൾ ആ വിവരങ്ങൾ അടിസ്ഥാനമാക്കിയായിരുന്നു അമേരിക്കൻ സൈന്യത്തിനെതിരെ തുടർപോരാട്ടം നടത്തിയിരുന്നത്. അന്തിമവിജയം വിയറ്റ്നാം ജനതയ്ക്ക് ലഭിച്ചു. ചരിത്രം സൃഷ്ടിച്ചു.

അതിനൂതനമായ ആയുധങ്ങളെയും വ്യോമ കര നാവിക ആക്രമണങ്ങളെയും അമേരിക്കയ്ക്കുപുറമേ ഓസ്ട്രേലിയ, ദക്ഷിണ കൊറിയ, തായ്ലാന്റ് തുടങ്ങിയ സഖ്യരാജ്യങ്ങളിലെ സൈന്യത്തെയും നേരിട്ട് അവരെ തങ്ങളുടെ രാജ്യത്തിൽനിന്ന് പിൻവാങ്ങിപ്പിച്ച് കമ്യൂണിസ്റ്റ് രാജ്യം സ്ഥാപിച്ച ചരിത്രമാണ് വിയറ്റ്നാമിന്റേത്. സമകാലിക രാഷ്ട്രീയചരിത്രത്തിലെ ഏറ്റവും ശ്രദ്ധേയമായ ജനകീയപോരാട്ടത്തിന്റെ വിജയം. ബങ്കറുകൾ എന്ന ഒളിഗുഹകളും ടണലുകളുമായിരുന്നു ഈ പോരാട്ടവിജയത്തെ സഹായിച്ചത്.

വിയറ്റ്നാം യുദ്ധചരിത്രം ഇങ്ങനെ:

1955 ൽ ദക്ഷിണ വിയറ്റ്നാമിന്റെ ഏകാധിപതി ഞൊ ദിൻ ഡിം ഗവൺമെന്റിനെ നിലനിർത്താനും കമ്യൂണിസ്റ്റിതര സർക്കാരിന്റെ സുരക്ഷിതത്വത്തിനും വേണ്ടി അമേരിക്കൻ പ്രസിഡന്റ് ഐസനോവർ രാഷ്ട്രീയ സാമ്പത്തിക സഹായം വാഗ്ദാനംചെയ്തു. തുടർന്ന് അധികാരമേറ്റ ജോൺ എഫ് കെന്നഡിയായിരുന്നു അധിനിവേശത്തിന് തിരികൊളുത്തിയത്. ലിൻഡൻ ബി ജോൺസൻ, റിച്ചാഡ് നിക്സൺ, ജെറാൾഡ് ആർ ഫോഡ് എന്നിങ്ങനെ അഞ്ച് അമേരിക്കൻ പ്രസിഡന്റുമാരായിരുന്നു വിയറ്റ്നാം അധിനിവേശത്തെ നയിച്ചത്. നീണ്ട ഇരുപതു വർഷത്തെ പോരാട്ടം. ദശലക്ഷക്കണക്കിന് ജനങ്ങൾ കൊല്ലപ്പെട്ടു. അതിലേറെപ്പേർ രാസായുധ ആക്രമണത്തിനിരകളായി മരിച്ചുവീണു. ലക്ഷ

ക്കണക്കിന് കുഞ്ഞുങ്ങൾ അനാഥരായി. രാസായുധപ്രയോഗത്തെത്തുടർന്ന് പതിനായിരക്കണക്കിന് ആളുകൾ മാരകരോഗങ്ങൾ വന്ന് കൂട്ടമരണത്തിനിരയായി. അധിനിവേശത്തെത്തുടർന്ന് നിരപരാധികൾക്കുനേരേയുണ്ടായ ആക്രമണത്തിൽ മാതാപിതാക്കൾ നഷ്ടപ്പെട്ട പതിനായിരക്കണക്കിന് അനാഥർ. അമേരിക്കൻ പട്ടാളക്കാരുടെ കൂട്ടബലാത്സംഗത്തിന് ഇരയായ അവിവാഹിതരായ അമ്മമാർ. ഒളിപ്പോരാളികളെ തിരഞ്ഞ് അമേരിക്കൻ വ്യോമസേന മാരകവിഷങ്ങൾ അടിച്ച് നശിപ്പിച്ച കാർഷികമേഖല. 1955 മുതൽ 1975 വരെ നീണ്ട ജനകീയപോരാട്ടത്തിന്റെ ഉജ്ജ്വല സാക്ഷ്യമായി കുചിയിലെ ബങ്കറുകൾ. ഇപ്പോഴത് അന്തർദ്ദേശീയ വിനോദ സഞ്ചാരകേന്ദ്രമായിമാറിയിരിക്കുന്നു.

അമേരിക്കയുടെ ചരിത്രത്തിലെ ഏറ്റവും നീണ്ട അധിനിവേശാക്രമണത്തെയും അവരുടെ ഏകപക്ഷീയമായ പിന്മാറ്റത്തെയും പ്രകടമായി പ്രദർശിപ്പിക്കുന്ന ഗറില്ലാ പോരാളികളുടെ ഒളിഗുഹകൾ കാണാൻ ഏറ്റവുമധികം വിനോദസഞ്ചാരികൾ എത്തുന്നത് യൂറോപ്പ്, അമേരിക്ക എന്നിവിടങ്ങളിൽനിന്നാണ്. കാലം നല്കുന്ന തിരിച്ചടികൾ.

എട്ട്

നേരിൽ കാണാൻ ജീവിച്ചിരിക്കുമ്പോൾ അവസരവും ഭാഗ്യവുമുണ്ടായില്ല, മഹാനായ ആ വിപ്ലവകാരിയെ.

വിയറ്റ്നാമിന്റെ വിപ്ലവ നായകനെ. ഹോചിമിനെ.

വർഷങ്ങളായി ഹോചിമിന്റെ മൃതദേഹം സൂക്ഷിച്ചു വെച്ച ഹോചിമിൻ മുസ്സോളിനിയത്തിലേക്ക് യാത്ര പുറപ്പെട്ടു.

കാലങ്ങൾ എത്ര മാറിമറിഞ്ഞു പോയാലും ലോക രാഷ്ട്രീയത്തിന്റെ ഋതുഭേദങ്ങൾ എത്ര കഴിഞ്ഞാലും മായാതെ മറയാതെ ഉയർന്നു നില്ക്കുന്ന ആ ലോക നേതാവിന്റെ ഭൗതിക ശരീരം.

ഹോട്ടലിൽനിന്നും പുറത്തിറങ്ങുമ്പോൾ ചെറിയ മഴ.

കാറിൽ കയറി സഞ്ചരിക്കുമ്പോൾ മഴ ചരൽ ചില്ലുകളിൽ വന്നു വീഴുന്നതും നോക്കിയിരുന്നു.

ലോകത്തിന്റെ വിവിധ ഭാഗങ്ങളിൽ നിന്നുമെത്തിയ ആയിരക്കണക്കിന് ആളുകൾ വിയറ്റ്നാമിലെത്തിയാൽ ആദ്യം ചോദിക്കുന്നത് ഇതാണ്;

“ഹോചിമിൻ മുസ്സോളിനിയം എവിടെയാണ്? എപ്പോഴാണ് സന്ദർശക സമയം?”

മെലിഞ്ഞു നീണ്ട ഊശാൻ താടിയുള്ള പുഞ്ചിരിച്ചു നില്ക്കുന്ന ഈ രാഷ്ട്രീയ നേതാവ് എങ്ങനെയാണ് ലോക ജനമനസ്സിനുള്ളിൽ ഇങ്ങനെ കയറിപ്പറ്റിയത്?

ആരായിരുന്നു ഹോചിമിൻ?

വിപ്ലവനായകൻ ഹോചിമിൻ അന്ത്യവിശ്രമംകൊള്ളുന്ന സ്മാരകമന്ദിരത്തിലേക്ക്.

ബദിൻ സ്ക്വയറിലെ ഈ കെട്ടിടത്തിൽവെച്ചായിരുന്നു ചരിത്രപ്രധാ

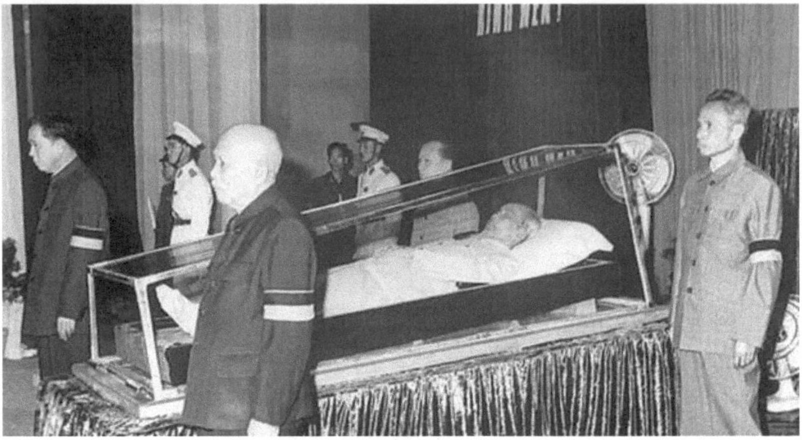

ഹോചിമിൻ മുസ്സോളിനിയം

നമായ വിയറ്റ്നാമിന്റെ സ്വാതന്ത്ര്യപ്രഖ്യാപനം നടത്തിയത്. മോസ്കോവിലെ ലെനിൻ മ്യൂസിയം മാതൃകയിൽ പണിത മ്യൂസിയത്തിലേക്ക് കടക്കുമ്പോൾ ആകെ നിശ്ശബ്ദത. ക്യാമറ അനുവദിച്ചില്ല. തലയിൽ തൊപ്പി പാടില്ല. അച്ചടക്കത്തോടെ നിരനിരയായി ലോകത്തിന്റെ വിവിധ ഭാഗങ്ങളിൽനിന്നെത്തിയ ടൂറിസ്റ്റുകൾ മുന്നോട്ടുനീങ്ങി. ചുറ്റും സുരക്ഷാഭടന്മാർ. കനത്ത സെക്യൂരിറ്റി. പടുകൂറ്റൻ മ്യൂസിയത്തിനകത്ത് എത്തിയപ്പോൾ പടവുകൾ. ആരും ഒന്നും മിണ്ടുന്നില്ല. അടക്കിപ്പിടിച്ച വാക്കുകൾ മാത്രം. അപ്പോൾ ഞങ്ങൾ കണ്ടു. ഫ്രാൻസ്, അമേരിക്ക, ജപ്പാൻ, ചൈന രാജ്യങ്ങളുടെ അധിനിവേശത്തെ തകർത്ത് ഒളിപ്പോരാട്ടവും ഗറില്ലാ യുദ്ധമുറകളുമായി തന്റെ സ്വന്തം മാതൃഭൂമിയെ സ്വതന്ത്രമാക്കിയ മഹാനായ വിപ്ലവകാരി ഹോചിമിൻ അന്ത്യവിശ്രമത്തിൽ. 1969 ൽ അന്തരിച്ച തങ്ങളുടെ സ്വന്തം അമ്മാവനെ (ഹോചിമിനെ വിയറ്റ്നാംകാർ അങ്ങനെയാണ് വിളിക്കുന്നത്) ജീവിക്കുന്ന വിധത്തിൽ എംബാം ചെയ്ത് കിടത്തിയിരിക്കുന്നു. സുഖനിദ്രയിൽ എന്നപോലെ, എന്നാൽ ശാന്തമായ മുഖം. പട്ടാളഡ്രസ്, ആറടി ഉയരം തോന്നിക്കുന്ന ഹോചിമിന്റെ ബോഡി അടുത്ത ദിവസം മരിച്ചതെന്നേ തോന്നുകയുള്ളൂ. ഉയരത്തിൽ വലിയ ഒരു പീഠത്തിൽ വെച്ച ഡെഡ്ബോഡിക്ക് ജീവിച്ചിരിക്കുന്ന ഹോചിമിന് നല്കുന്ന അതേ ആദരവ്. ഔദ്യോഗികമായി പ്രസിഡന്റിന്റെ പട്ടാളസുരക്ഷ ഒരുക്കിയിട്ടുണ്ട്. പത്തോളം പട്ടാളക്കാർ സായുധരായി അറ്റൻഷനായി തങ്ങളുടെ പ്രസിഡന്റിന് കാവൽനില്ക്കുന്നു. 24 മണിക്കൂർ നേരത്തെ സൈനികകാവൽ! വിയറ്റ്നാമുകർക്ക് ഹോചിമിൻ കഴിഞ്ഞേ ഉള്ളൂ അതതുകാലത്തെ പ്രസിഡന്റൊക്കെ. മരണമില്ലാത്ത പ്രസിഡന്റ് അവർക്കെന്നും ഹോചിമിൻ മാത്രം. മരിച്ചിട്ട് അരനൂറ്റാണ്ട് ആയിട്ടും ആ ചിന്താഗതിയിൽ ഒരു മാറ്റ

വുമില്ല. വിയറ്റ്നാമിന്റെ സ്വാതന്ത്ര്യപ്രഖ്യാപനം നടത്തിയ ചരിത്രപ്രാധാന്യമുള്ള ആ കെട്ടിടത്തിൽ ചുണ്ടിൽ ഒരു പുഞ്ചിരിയോടെ കിടന്നുറങ്ങുന്ന ഹോചിമിൻ. മരണം നടന്നിട്ട് അരനൂറ്റാണ്ട് കാലമായെങ്കിലും ഹോചിമിന്റെ എംബാം ചെയ്ത ശരീരം അവർക്ക് കാണണം. വിയറ്റ്നാമുകാരെ സംബന്ധിച്ചിടത്തോളം അതൊരു മൃതശരീരമല്ല. ഹോചിമിന്റെ ജീവിക്കുന്ന ശരീരംതന്നെ.

പ്രത്യേകം സൂക്ഷിച്ച ഒരു പേടകത്തിൽ പൊതുദർശനത്തിനുവെച്ച ഹോചിമിന്റെ ബോഡി. വിദേശ ടൂറിസ്റ്റുകൾ ആദരവോടെ കണ്ടുനീങ്ങുമ്പോൾ പിന്നിലുണ്ടായിരുന്ന വിയറ്റ്നാമുകാരിൽ പലരും വിതുമ്പിക്കരയുന്നുണ്ടായിരുന്നു.

ശവകുടീരത്തിന് തെല്ലകലെയാണ് ഹോചിമിൻ മരണംവരെ ജീവിച്ച കൊച്ചു ഭവനം. വെറുതെയല്ല ഹോചിമിൻ ലോകത്തിലെ എക്കാലത്തെയും മഹാനായ വിപ്ലവകാരിയായി ആദരിക്കപ്പെടുന്നതെന്ന് ആ കൊച്ചു വീടിന് മുന്നിലെത്തിയപ്പോൾ ബോദ്ധ്യമായി. മരംകൊണ്ടുള്ള നാല് പൊയ്ക്കാലിൽ പണിത മരവീട്, ചുറ്റും പൂന്തോട്ടം. മുന്നിൽ ചെറിയ ഒരു കുളം. മരണംവരെ വിയറ്റ്നാമിലെ ഗ്രാമീണ ഭാവനമാതൃകയിലുള്ള ഈ വീട്ടിലായിരുന്നു അദ്ദേഹം താമസിച്ചിരുന്നത്. വടക്കൻ വിയറ്റ്നാമിനെ അമേരിക്ക ആക്രമിച്ചപ്പോൾ ഹോചിമിൻ ഈ ഗ്രാമീണഭവനത്തിൽ താമസിച്ചുകൊണ്ടായിരുന്നു പോരാട്ടങ്ങൾക്ക് നേതൃത്വം നല്കിയിരുന്നത്. പ്രസിഡന്റിന്റെ കൂറ്റൻ കൊട്ടാരത്തിൽ താമസിക്കാൻ ഹോചിമിൻ ഒരിക്കലും തയ്യാറായില്ല. വിയറ്റ്നാം ഭരിച്ചിരുന്ന ഫ്രഞ്ച് ഗവർണർ ജനറൽമാർക്കുവേണ്ടി പണിത ആ രമ്യഹർമ്മ്യം സ്വതന്ത്ര വടക്കൻ വിയറ്റ്നാമിന്റെ പ്രസിഡന്റിന്റെ ഔദ്യോഗിക താമസസ്ഥലമാക്കിമാറ്റിയപ്പോൾ ആ കൊട്ടാരത്തിൽ എന്റെ ജനതയുടെ രക്തക്കറയുണ്ടെന്ന് പറഞ്ഞ് ഹോചിമിൻ അവിടത്തേക്കുള്ള ഔദ്യോഗികക്ഷണം നിരസിച്ചു. വിയറ്റ്നാം അധിനിവേശത്തിനെതിരെ പൊരുതി രക്തസാക്ഷികളായ ലക്ഷക്കണക്കിന് ആളുകളോടും യുദ്ധാനന്തര വിയറ്റ്നാമിലെ പാവപ്പെട്ട ജനങ്ങളോടും ചെയ്യുന്ന അനീതിയാണെന്ന് പറഞ്ഞു. പ്രസിഡന്റിന്റെ കൊട്ടാരത്തിൽ താമസിക്കാതെ ഹോചിമിൻ ഈ മരക്കുടിലിലേക്ക് ഔദ്യോഗിക ജീവിതം തുടരുകയായിരുന്നു.

പൊയ്ക്കാലിൽ പണിത പടവുകൾ കയറിയാൽ ഒരു കൊച്ചു ഓഫീസ്മുറി കാണാം. ഒരു പഴയ ടൈപ്പ് റൈറ്റർ, കുറച്ച് പുസ്തകങ്ങൾ, ഹോചിമിൻ ഹൃദ്രോഗം വന്ന് മരിക്കുന്നതിന് മുൻപ് വായിച്ച ന്യൂസ് പേപ്പർ, ഒരു പഴയ ഇലക്ട്രിക് ഫാൻ.

തൊട്ടടുത്ത് കൊച്ചു കിടപ്പുമുറി. മര കട്ടിൽ, കിടക്ക, ഒരു ക്ലോക്ക്, പഴയ ഫാൻ, ഒരു ചെറിയ റേഡിയോ. ഇതാണ് വിയറ്റ്നാം പ്രസിഡന്റായിരുന്ന ഹോചിമിന്റെ ഔദ്യോഗിക താമസസ്ഥലം. പൊയ്ക്കാലിനോട്

ഹോചിമിൻ ഗ്രാമീണ ഭവൻ

ചേർന്ന് താഴെ ഒരു തുറന്ന സ്ഥലം. അതിൽ ഒരു ചൂരൽ ചാരുകസേര. ഇവിടെ കിടന്നായിരുന്നു ഹോചിമിൻ തന്റെ ഇഷ്ട ഹോബിയായിരുന്ന പുസ്തകവായന നടത്തിയിരുന്നത്. തൊട്ടടുത്ത് ഒരു വലിയ മേശ. പിന്നെ കുറച്ച് ചൂരൽക്കസേരകളും. ഇതാണ് സ്വീകരണമുറി. ഇവിടെ ഈ കസേരയിൽ ഇരുന്നുകൊണ്ടായിരുന്നു വിദേശ പ്രതിനിധികളുമായും പാർട്ടി നേതാക്കളുമായും ജനറൽമാരുമായും ഹോ ചർച്ചകൾ നടത്തിയിരുന്നത്. ഒരു മൂലയിൽ കുറെ പഴയ ഹോട്ട്ലൈൻ ഫോണുകൾ കാണാം. നോർത്ത് വിയറ്റ്നാം സ്വതന്ത്രമായെങ്കിലും അമേരിക്കയുടെ ആക്രമണം തുടരുകയായിരുന്നു. അവർ പ്രസിഡന്റിന്റെ പാർപ്പിടത്തിൽ ബോംബാക്രമണം നടത്താൻ പ്ലാൻചെയ്തിരുന്നു. കാരണം ഹോചിമിൻ തെക്കേ വിയറ്റ്നാമിന്റെ സ്വാതന്ത്ര്യത്തിനുകുടി നേതൃത്വം നല്കിയതിന്റെ ശത്രുത. അതുകൊണ്ട് എല്ലാ പ്രതിസന്ധികേന്ദ്രങ്ങളുമായി ബന്ധപ്പെടാനുള്ള ഹോട്ട്ലൈൻ സംവിധാനം ഈ സ്വീകരണമുറിയിൽ ഉണ്ടായിരുന്നു. ഒരു ഇരുമ്പ് തൊപ്പിയും കൂട്ടത്തിൽ കാണാം, ഷെല്ലാക്രമണത്തിൽ പ്രതിരോധിക്കാൻ.

ഇതാണ് ഒരു നാടിന്റെ മോചകനായി, പിന്നെ അധികാരകേന്ദ്രമായി മാറിയ ഒരു രാഷ്ട്രനേതാവിന്റെ ഔദ്യോഗിക വാസസ്ഥലം.

ഹോചിമിൻ ക്രാന്തദർശിയായ ഒരു കവികൂടിയായിരുന്നു. പ്രകൃതിയിലെ പച്ചപ്പിനായി ഹോചിമിൻ തന്നെ നേരിട്ട് ചെടികളും മരങ്ങളും ചുറ്റും നട്ടുവളർത്തി. പൂക്കൾ മാത്രമല്ല ഫലവൃക്ഷങ്ങളും. ചോലമരങ്ങളും ഓറഞ്ച് തൈകളും. മുപ്പതുതരം കൃഷിയിനങ്ങൾ. കാലത്ത് ഈ തോട്ടത്തിലൂടെ ഹോചിമിൻ നടക്കാനിറങ്ങുക പതിവായിരുന്നു. മുന്നിലെ കുളത്തിലെ ശുദ്ധജലമത്സ്യങ്ങൾക്ക് തീറ്റകൊടുക്കാനായി പടവുകളിലിരിക്കും. ഈ കുളത്തിലെ മത്സ്യങ്ങൾ ഇപ്പോഴും സന്ദർശകരിൽനിന്ന് തീറ്റ

പ്രതീക്ഷിച്ച് കരയിലേക്ക് വരുന്നത് കാണാൻകഴിഞ്ഞു. കിളികളുടെ കൂജനവും കുളത്തിലെ മത്സ്യങ്ങളും കൃഷിത്തോട്ടവും. ഹോചിമിന് ഈ ശാന്തത എന്നും ഇഷ്ടമായിരുന്നു. അദ്ദേഹത്തിന്റെ മരണശേഷം അതൊക്കെ ഒരു മാറ്റവും വരുത്താതെ ഗവൺമെന്റ് സൂക്ഷിച്ചുവെച്ചിട്ടുണ്ട്. ഇതിപ്പോൾ ലോകത്തിലെ പലഭാഗത്തുനിന്നും വരുന്ന വിനോദസഞ്ചാരികൾക്ക് ലോകനേതാവിന്റെ ജീവിതവും സമീപനവും മനസ്സിലാക്കാനുള്ള അപൂർവ്വ സന്ദർഭമാക്കി മാറ്റിയിട്ടുണ്ട്. ഞങ്ങളുടെ പ്രസിഡന്റ് ഇങ്ങനെയായിരുന്നുവെന്ന് അഭിമാനത്തോടെ പറയാൻ.

ഒൻപത്

പകൽ പോലെയല്ല രാവുകൾ രാജ്യങ്ങളിൽ പലതിലും. രാത്രി ജീവിതം വേറെ തന്നെയാണ്.

അങ്ങനെയാണ് വിയറ്റ്നാമിന്റെ മറ്റൊരു മുഖം കാണാൻ കഴിഞ്ഞത്.

ഒരു ഞായറാഴ്ച രാത്രി.

ബാറുകളും നൈറ്റ് ക്ലബ്ബുകളും മസാജ് പാർലറുകളും നിറഞ്ഞ രാത്രി ജീവിതം ആഹ്ലാദഭരിതമാക്കുന്ന ബാച്ചിലർ ടൂറിസ്റ്റുകൾ. നിറപ്പകിട്ടോടെ നൃത്തമാടുന്ന പബ്ബുകളും ക്ലബ്ബുകളും.. പെൺകുട്ടികളും ചെറുപ്പക്കാരും തിമിർത്താടുകയാണ് വെസ്റ്റേൺ മ്യൂസിക്കിന്റെ ആരവത്തിൽ.

വിയറ്റ്നാമിലെ സ്വന്തമായി നിർമ്മിക്കുന്ന നിരവധി ഇനം പീയറുകളുണ്ട്. 333 സായിഗോൺ സ്പോർട്, കാസ്റ്റൽ ഹുദാ ഹാലിഡേ എന്നിങ്ങനെ. എന്നാൽ നെല്ലിൽനിന്നും വാറ്റുന്ന മദ്യത്തിനാണ് കൂടുതൽ വില്പന. നമ്മുടെ പനങ്കള്ളിന്റെ രുചി.

ടൂറിസം വേണമെങ്കിൽ ഇതൊക്കെ അനിവാര്യമാണല്ലോ.

വിയറ്റ്നാമീസ് ഭക്ഷണത്തിന്റെ രുചികൾ തേടി കുടുംബമായി വിനോദ സഞ്ചാരികൾ റെസ്റ്റോറന്റുകൾ തേടിപ്പോകുന്നത് കാണാമായിരുന്നു, മികച്ച ഭക്ഷണമാണ് എവിടെയും, പ്രത്യേകിച്ച് ഞായറാഴ്ച രാത്രികളിൽ, വലിയ തിരക്കും ബഹളവും.

നല്ലൊരു റെസ്റ്റോറന്റ് കണ്ടെത്തി ഫോ (pho) എന്ന വിയറ്റ്നാമീസ് ഭക്ഷണത്തിനു ഓർഡർ നല്കി രാത്രിജീവിതം ദൂരെനിന്നും നോക്കി ഇരിക്കുകയായിരുന്നു.

ഒരു വലിയ പിഞ്ഞാണപ്പാത്രത്തിൽ സൂപ്പും റൈസ് നൂഡിൽസും ചിക്കനും ചില പച്ചക്കറികളും ചേർന്നുള്ള ഫുഡ്, ഒപ്പം മത്സ്യം ഉണ്ടാക്കിയതും. ഫോ (pho) എന്ന വിയറ്റ്നാമിലെ പ്രധാന ഫുഡ്. മലയാ

ളിക്ക് എരിവ് വേണമല്ലോ എല്ലാ ഭക്ഷണത്തിനും, അതുകൊണ്ട് സ്പൈസി ആയി തന്നെ ഫോ കഴിച്ചു.

അപ്പോൾ തെല്ലകലെയുള്ള സീറ്റിൽ യൂറോപ്യനായ യുവാവിനോടൊപ്പം ഒരു സ്ത്രീ പാതി ഇംഗ്ലീഷ് അതും സ്പെല്ലിങ് ഒക്കെ തെറ്റി പറയുന്നത് ശ്രദ്ധയിൽപ്പെട്ടു... അവർ ഉച്ചത്തിലാണ് സംസാരിക്കുന്നത്.. അതും ദേഷ്യഭാവത്തിൽ, ഭക്ഷണം കഴിക്കാൻ വന്ന പലരും അവരെ നോക്കുന്നുണ്ട്

അവിടെ വെച്ച് പരിചയപ്പെട്ട വിയറ്റ്നാമുകാരനായ ഒരു യുവാവിനോട് ചോദിച്ചു, എന്താണ് സംഭവം എന്ന്.

കാരണം ആ യുവതിക്കു വിയറ്റ്നാം സ്ത്രീകളുടെ ചെറിയ മുഖച്ഛായ ഉണ്ടായിരുന്നു..

അപ്പോഴാണ് അയാൾ അത് പറഞ്ഞത്:

അമേരിക്കയും സഖ്യസൈന്യവും വരുത്തിയ മറ്റൊരു മനുഷ്യക്കെടുതി കൂടി അറിയുകയായിരുന്നു.

വർഷങ്ങളോളം നീണ്ട യുദ്ധത്തിൽ അമേരിക്ക, ഫ്രാൻസ്, കൊറിയ, ജപ്പാൻ തുടങ്ങിയ രാജ്യങ്ങളിലെ പതിനായിരക്കണക്കിന് സൈനികർ വടക്കു തെക്കു വിയറ്റ്നാമുകളിൽ തമ്പടിച്ചിരുന്നു. ആഫ്രോ അമേരിക്കൻ പട്ടാളക്കാരായിരുന്നു അധികവും, വർഷങ്ങളോളം ഗ്രാമങ്ങളിലും നഗരങ്ങളിലുമായി വിയറ്റ്നാം പോരാളികളെ കൊന്നൊടുക്കിക്കൊണ്ടിരുന്ന ഈ സൈനികർ പല വീടുകളിലും ബലം പ്രയോഗിച്ചു കയറി അവിടെയുള്ള സ്ത്രീകളെ ക്രൂരമായി മാനഭംഗപ്പെടുത്തി, ഇത് ഒട്ടുമിക്ക ഗ്രാമങ്ങളിലും വർഷങ്ങളോളം തുടർന്നു. എതിർത്തവരെ അപ്പോൾത്തന്നെ വെടിവച്ച് കൊന്നു. ആർക്കും ഒന്നും പറയാൻ കഴിയാത്ത ദയനീയാവസ്ഥ. ഇങ്ങനെ പട്ടാളക്കാരുടെ ബലാത്സംഗത്തിന് ഇരയായവരിൽ അധികംപേരും ഗർഭിണികളായി, പ്രസവിച്ചു, ചിലർ ആ പിഞ്ചു കുഞ്ഞുങ്ങളെ വിയ്യറ്റേൺമില്ലിൽ തന്നെയുള്ള അഴുക്കു ഓടകളിൽ കൊണ്ടിട്ടു. അജ്ഞാത ശിശുക്കൾ തെരുവുകളിൽ കാണപ്പെടാൻ തുടങ്ങി,

വിയറ്റ്നാമീസ് സ്ത്രീകളുടെ ഗോതമ്പു നിറമുള്ള തൊലിയും ആഫ്രോ അമേരിക്കൻ യുവാക്കളുടെ ചുരുൾമുടിയും കണ്ണുകളുമുള്ള ഈ കുഞ്ഞുങ്ങൾ സ്വതന്ത്ര വിയറ്റ്നാമിൽ സാമൂഹികമായ പ്രശ്നം സൃഷ്ടിച്ചു.. ഇവർ വിയറ്റ്നാമിലോ അമേരിക്കയിലോ പൗരത്വമില്ലാതെ തികഞ്ഞ അനാഥരായി... പിതൃ ശൂന്യർ എന്ന നിലയിൽ തെരുവുകളിൽ അലഞ്ഞു ജീവിച്ചു, ഇവരുടെ അമ്മമാർ അസാന്മാർഗ്ഗിക തൊഴിലിൽ പോകേണ്ടി വന്നു. മാതാപിതാക്കളില്ലാത്ത മൂന്നുലക്ഷത്തോളം ആൺകുട്ടികളും പെൺകുട്ടികളും. ആൺകുട്ടികൾ തെരുവിലെ നിയമം കൈയിലെടുത്തു. പലരും ഗുണ്ടകളായി, മയക്കുമരുന്ന് വില്പനക്കാരായി, ഒടുവിൽ ജയിലുകളിൽ വർഷങ്ങളോളം.

പെൺകുട്ടികളെ തെരുവിൽനിന്നും തട്ടിക്കൊണ്ടുപോയി മനുഷ്യക്കടത്തിൽ പല രാജ്യങ്ങളിലുമെത്തിച്ചു, ബാല്യ വേശ്യകളാക്കി.

വിയറ്റ്നാമിൽനിന്നും പിൻവാങ്ങുന്ന അവസരത്തിൽ അമേരിക്കൻ മേജർമാർ ഗവൺമെന്റിന്റെ അനുവാദത്തോടെ ഇത്തരം പതിനായിരത്തോളം അവിവാഹിത അമ്മമാരെ അമേരിക്കയിലെത്തിച്ചു. എന്നാൽ അവരിൽ മൂന്ന് ശതമാനം പേർക്ക് മാത്രം ഭർത്താക്കന്മാരെ കണ്ടെത്താൻ കഴിഞ്ഞു. അവിടെ വിവാഹിതരായി മക്കളോടൊത്തു കഴിയുന്ന ആ അമേരിക്കൻ സൈനികർ പക്ഷേ, ഇവരെ സ്വീകരിച്ചില്ല അവരുടെ മക്കളെയും. ആ സ്ത്രീകളും അവിടെ വഴിവിട്ട ജീവിതത്തിലായി, അവരുടെ പെൺമക്കളും.

ഇങ്ങനെയുള്ള സ്ത്രീകളെയും അവരുടെ മിശ്രിത രൂപമുള്ള മക്കളെയും അമേരിക്കയിലും വിയറ്റ്നാമിലും വിളിക്കുന്നത് അധിനിവേശ പട്ടാളക്കാരിൽനിന്നും വിയറ്റ്നാം സ്ത്രീകളിൽ ജനിച്ച amerasians എന്നാണ്, അവർ ഒരു രാജ്യത്തെയും അംഗീകൃത പൗരന്മാരല്ല.

ഫ്രഞ്ച് ഗവണ്മെന്റ് വിയറ്റ്നാം സ്ത്രീകളിൽ ഫ്രഞ്ച് പട്ടാളക്കാർക്ക് ജനിച്ച എഴുപത്തി അയ്യായിരത്തോളം കുട്ടികളെയും അവരുടെ അമ്മമാരെയും ഫ്രാൻസിലേക്ക് കൊണ്ടുപോയി അവിടെ പൗരത്വവും കൊടുത്തു, ഭർത്താക്കന്മാരെ തിരിച്ചറിയാൻ മിലിറ്ററി പരേഡും നടത്തി,,

എന്നാൽ രണ്ടു ലക്ഷത്തോളം വരുന്ന അമേരിക്കൻ പട്ടാളക്കാരുടെ അവിഹിത സന്തതികളെ പക്ഷേ, അമേരിക്കയിൽ അഭയാർത്ഥികളാക്കി മാറ്റി, തെരുവിലിട്ടു. അവർക്കു വേണ്ടി ഒരു മനുഷ്യാവകാശ പ്രവർത്തകരോ പൗരാവകാശ വനിതാ സംഘങ്ങളോ മുന്നോട്ടു വന്നില്ല.

വിയറ്റ്നാമിൽ ഇപ്പോൾ അമേരിയേഷ്യൻസ് എന്ന വിഭാഗത്തിൽ മുപ്പതിനായിരത്തോളം സ്ത്രീകളും കുട്ടികളുമുണ്ട്. അവർക്കു വിയറ്റ്നാം ജീവിതമല്ല ഇഷ്ടം. ടൂറിസ്റ്റുകളായി എത്തിയ വിദേശികളെയാണ്, അവരുടെ അടുക്കലെത്തി അറിയാവുന്ന ഇംഗ്ലീഷിൽ ഇടപഴകുന്നു.

ആ സ്ത്രീകൾ വിദേശികളായ പുരുഷന്മാരോട് ചോദിക്കാറുണ്ട്, തങ്ങളെ ആ രാജ്യങ്ങളിലേക്ക് കൊണ്ടു പോകുമോയെന്ന്. ചിലർ കൊണ്ടു പോകും മറ്റു ചിലർ കുറച്ചു ദിവസത്തേക്ക് സുഹൃത്തുക്കളാക്കും.

നേരെത്തെ കണ്ട സ്ത്രീ അമേരിയേഷ്യൻ ആണെന്ന് വിയറ്റ്നാമുകാരൻ പറഞ്ഞു നിർത്തിയപ്പോൾ ഒന്ന് കൂടി അവിടേക്കു നോക്കി

അപ്പോൾ അവർ ഒന്നിച്ചു തന്നെ പുറത്തേക്കു പോയിക്കഴിഞ്ഞിരുന്നു.

യാത്രയ്ക്ക് ശേഷം

തൊട്ടാൽ ചൂടുള്ള കൈകൾ പിടിച്ചു രാജ്യം കാണിച്ചു തന്ന അനുഭവം.

മുൻകാലങ്ങളിൽ എഴുതിയ ചരിത്രത്തെ മനുഷ്യരക്തംകൊണ്ട് തിരുത്തി എഴുതി,

ഞങ്ങൾക്കു വളരണം പകരം ചോദിക്കാൻ ഇനിയില്ല എന്ന് അറിയിച്ചവർ.

ലോകത്തെ അത്ഭുതപ്പെടുത്തിക്കൊണ്ടിരിക്കുന്നവർ.

നാളെ എന്താവണം എന്ന് മുൻകൂട്ടി നിശ്ചയിച്ചവർ.

ഒരമ്മാവൻ. അദ്ദേഹത്തെ അനുസരിച്ചു രാജ്യത്തിന് ജീവിതം നല്കിയ ജനത.

കാലത്തെ മറികടക്കുന്ന സ്മൃതിതടങ്ങൾ.

കാടും നാടും കൃഷിയും മൺപാത്രങ്ങളും കാണിച്ചു തന്നു ഞങ്ങളെ കുറിച്ച് നിങ്ങളോടു പറയാനുള്ളത് ഇതൊക്കെയാണ് എന്ന് പറയാതെ പറയുന്നവർ.

വർത്തമാനകാലത്തോടൊപ്പം സഞ്ചരിച്ചും ഭാവിയിലേക്ക് നോക്കിയും മുന്നോട്ടുപോകുന്നവർ.

എങ്കിലും കഴിഞ്ഞ കാലത്തെ ശക്തമായി ഓർമ്മിപ്പിക്കുന്നവർ.

പ്രിയപ്പെട്ട വിയറ്റ്നാം.

ഈ യാത്ര നല്കുന്ന ആത്മബോധനങ്ങൾ ഇതിലുമപ്പുറം...

ഇന്നലെയിൽനിന്നും ഊർജ്ജം ഉൾക്കൊണ്ട് ഇന്നും നാളെയും സൃഷ്ടിക്കുമ്പോൾ

ലോകം വീണ്ടും നിങ്ങളെ നോക്കി അത്ഭുതപ്പെടും..

സ്വാതന്ത്ര്യം സമത്വം....

അതിനു വേണ്ടി നിങ്ങൾ ഇനിയും പോരാടും, ആവശ്യം വന്നാൽ..

നിങ്ങളെ ആർക്കും തോല്പിക്കാനാവില്ല.

9 789389 410457

Printed by Libri Plureos GmbH in Hamburg,
Germany